Ang Aklat Ni Enok

Ang Banal na Kasulatan

Rafael M. Juvida

Ukiyoto Publishing

All global publishing rights are held by

Ukiyoto Publishing

Published in 2023

Content Copyright © Rafael M. Juvida

ISBN 9789360167752

All rights reserved.
No part of this publication may be reproduced,
transmitted, or stored in a retrieval system, in any
form by any means, electronic, mechanical,
photocopying, recording or otherwise, without the
prior permission of the publisher.

The moral rights of the author have been asserted.

This is a work of fiction. Names, characters,
businesses, places, events, locales, and incidents are
either the products of the author's imagination or used
in a fictitious manner. Any resemblance to actual
persons, living or dead, or actual events is purely
coincidental.

This book is sold subject to the condition that it shall
not by way of trade or otherwise, be lent, resold, hired
out or otherwise circulated, without the publisher's
prior consent, in any form of binding or cover other
than that in which it is published.

www.ukiyoto.com

Dedication

Para sa aking mga pamilya at mga kaibigan ko na sina James Heinz, David Chapman at Aaron Miller na tumulong at nagbigay ng orihinal na manuskrito upang maging posible ang pagsasalin sa napakagandang aklat na ito.

Paunang Salita

Ang Aklat ni Enok ay isang banal na Kasulatan na naisulat ni propetang Enok ng mahigit sa tatlong libong taon na ang nakakaraan, at ito ay Salita ng Diyos na may hatid na espesyal na mensahe para sa lahat ng mga namumuhay sa mga huling kapanahunan. Ito ay naipasa ng propetang Enok sa kanyang anak na si Matusalem, na naipasa naman kay Noe na nagpasalin -salin sa kanilang mga salinlahi hanggang kay Jacob, at sa kanyang anak na si Levi na naglilingkod sa Templo ng Panginoon. Napasakamay ito ng mga Israelita at ginamit ito ng lubusan na kapantay ng mga iba pang mga banal na Kasulatan. Ito ay nabanggit at sinipi ng mga Apostol ng Panginoong Hesus, lalo na si Apostol Judas na kapatid ni Santiago na sumulat ng isang sulat upang magbigay babala sa mga huwad na guro na nagsasabing tunay na mananampalataya rin sila, ngunit sila ay mga mababangis at mapagkunwari, na agad namang may koneksyon sa aklat ni Enok. Subalit , noong ika -100 A.D. ay ipinawalang -bisa ito ng mga huwad na mga hudyo at tinanggal ito ng walang dahilan. Ipinaglaban naman ito ng mga unang mga Kristiyano at mga pinuno ng mga Iglesia. Sa kabila ng matinding pagtutol ng mga Kristiyano ay ipinagbawal ito ng simbahan na nasa Roma. Ang pagbagsak ng simbahan ng Roma sa paganismo ang nagtulak sa mga ilang pinuno ng simbahan sa Roma kasama si Augustine na ipagbawal ito. Gayon pa man, ang Aklat ni Enok ay nanatili sa mga Kristiyano sa Ethiopia na may direkta nang ugnayan sa mga Israelita noon pa. Noong taong 1773, ay natagpuan ito ni James Bruce na gumulat sa buong mundo , na sa pagaakalang isa lamang itong alamat at haka-haka ng mga unang

Kristiyano, at noong 1821 ay naisalin ito sa wikang Ingles ni Richard Lawrence at nasundan naman ng mas higit pang salin ni Robert H. Charles noong 1893. Noong 1947, ay natuklasan ang mga Dead Sea Scrolls na nagpatunay na kasama nga ang aklat ni Enok sa mga tinatawag na mga Banal na Kasulatan na sinulat ni Enok. Ang Aklat na ito ay naisulat sa mga wikang Aramaico, Hebreo at Griego; at sa Ge'ez noong unang panahon pa lamang , at nabuod na nito ang buong kasaysayan sa simula pa lamang. Nakasaad dito ang malapit na deskripsyon ng Anak ng Tao na nauna pa sa Aklat ni Daniel. Nasagot dito ang mga tanong sa mga Banal na kasulatan, at nawasak ang mga maling paniniwala ukol sa mga anghel. Tulad ng mga naunang mga salin sa Ingles at sa iba pang wika, layunin din ng rebisyong ito na matapat na maisalin ang tunay na kahulugan ng mga teksto na nasa Ge'ez, at ilang mga manuskrito sa Dead Sea Scrolls na natagpuan sa Qumran. Sa tulong ng Panginoon ay lubusang maisasalin ang mga orihinal na Teksto sa wikang tagalog at ang mga kahulugang ito sa wikang madaling maunawaan ng madla . Ito ay hindi lamang isang napakagandang panitikan at isang kwento; ito ang Aklat ng sangkatauhan at ng Manlilikha ng lahat. Sa Diyos lamang ang lahat ng papuri at karangalan magpakailanpaman!

Ang mga Rebeldeng Anghel na Taga-bantay

Contents

Propesiya Sa Mga Huling Henerasyon	1
Ang Pagbabalik Ng Panginoon	2
Mga Pasanin Ng Propetang Enok	4
Krisis Sa Kapanahunan Ni Jared: Ang Rebelyon Ng Mga	7
Anghel Na Taga-Bantay	7
Binago Ng Mga Anghel Na Taga-Bantay Ang Kautusan Tungkol Sa Pagpapakasal	9
Ang Mga Katuruan Ng Mga Demonyo	10
Ang Mga Tapat Na Anghel	11
Ang Paghuhukom Ng Dakilang Diyos	13
Ang Pitumpung Henerasyon	15
Ang Paparating Na Kaharian Ng Tagapagligtas	17
Ang Pagpapala Ng Panginoong Diyos	19
Ang Panawagan Ni Enok Sa Paglilingkod	20
Ang Unang Talumpati Ni Enok Sa Mga Anghel Na Taga-Bantay	22
Ang Pagdating Ng Pangitain Kay Enok	23
Ang Pangalawang Talumpati Ni Enok Sa Mga Ligaw Na Anghel	24
Isinalaysay Ng Propetang Enok Ang Patungkol Sa Mga Pangitain	25
Ang Pagkuha Kay Enok	27
Ang Pangitain Ng Kaluwalhatian	28
Tinawag Si Enok Ng Boses Ng Panginoon	30

Ang Simula Ng Mga Masasamang Espiritu	32
Ang Simula Ng Mga Panatikong Gnostisismo	33
Unang Paglalakbay Ni Enok Sa Kalawakan	34
Ang Pitong Bundok	36
Ang Hindi Matatarok Na Hukay	37
Ang Pitong Arkanghel	39
Iba Pang Mga Ligaw Na Anghel	40
Isang Pagbisita Sa Sheol	42
Ang Bundok Ng Panginoon Ng Kaluwalhatian	44
Puno Ng Buhay	46
Ang Araw Ng Paghuhukom	48
Ang Hardin Ng Katuwiran	50
Tumanggap Si Enok Ng Aklat Ng Kalendaryo Patungkol Sa Sansinukob	52
Tinapos Ni Enok Ang Pagbalik-Tanaw Sa Kanyang Dakilang Pangitain	54
Nakatuon Sa Mga Darating	56
Ang Unang Propesiya: Ang Pagdating Ng Matuwid	57
Ang Panghinaharap Na Pagbabalik Ng Mga Tagamasid Na Anghel	59
Ang Pinili Ng Katuwiran	60
"Banal! Banal! Banal!"	61
Ang Apat Na Presensya	62
Ang Tirahan Ng Mga Banal	64
Ang Pagpapakatao Ng Karunungan	66
Ang Pangalawang Propesiya	68
Ang Mga Kaluluwa Ng Mga Matutuwid Na Kinitil	71

Ang Di-Maihahambing Na Bukal Ng Katuwiran	72
Ang Pandaigdigang Pagsamba Sa Anak Ng Tao	73
Dahil Sa Kanyang Pangalan Sila Ay Maliligtas	74
Ang Pangalan Ng Panginoon Ng Mga Espiritu	75
Bagong Nilalang	76
Ibabalik Ng Sheol Ang Mga Namatay	77
Ang Kaligtasan Ay Dumarating Na!	78
Ang Dakilang Pinili Ay Nasa Trono Ng Diyos	79
Pangalawang Pamamalagi Ni Enok	80
Lumilitaw Na Ang Kongregasyon Ng Mga Pinili	82
Ang Huling Paghuhukom	84
Mga Pandaraya Sa Mga Nakatira Sa Daigdig	85
Ang Huling Paghahatol Ay Apoy	86
"Ang Mga Ligaw Na Anghel Ay Magbabalik!"	88
"Ang Lungsod Ng Aking Matuwid Ay Magiging Isang Hadlang"	89
Ang Ikatlong Propesiya	91
Ang Kalendaryo Ng Mundo	92
Kinumpleto Ni Noe Ang Aklat Ng Mga Talinhaga	93
Pakikipag-Usap Ukol Sa Leviatan At Behemot	95
Ang Pagsukat Ng Paraiso	99
Ang Pagpaparusa	102
Ang Kongregasyon Ng Matuwid	104
Mga Palamuti Ng Kaluwalhatian	106
Bawat Tuhod Ay Luluhod Sa Panginoon	107
Nakipag-Usap Si Noe Kay Enok	110

Ang Paghuhukom Sa Araw Ni Noe	113
Ang "Aklat Ng Mga Talinhaga" Ni Enok	116
Talaan Ng Mga Kasalanan Ng Mga Anghel	118
Itinuro Ng Mga Tagabantay Ang Aborsyon	120
Ang Apat Na Hangin	122
Ang Anak Ng Tao At Ang Maluwalhating Trono	123
Kinuha Muli Si Enok!	124
Si Noe Ay Bumisita Sa Langit	125
Nakita Ni Noe Ang Nakita Ni Enok	126
Ang Anak Ng Tao At Ang Katuwiran	128
Walang Maghihiwalay Sa Amin	129
Ang Oras Mula Ngayon Hanggang Sa Bagong Paglikha	131
Ang Mga Portal Ng Araw	132
Ang Mga Portal Ng Buwan	137
Ang Mga Portal Ng Hangin	141
Ang Mundo	143
Ang Paglitaw Ng Buwan	145
Ang Kasalanan Ng Sangkatauhan	149
Binasa Ni Enok Ang Mga Tableta Ng Langit	151
Binigyan Ng Isang Taon Si Enok Upang Makumpleto Ang Kanyang Misyon	152
Payo Ni Enok Kay Matusalem	154
Ikinuwento Ni Enok Ang Dalawang Pangarap Na Pangitain	159
Ang Unang Pangitain: Nakita Ni Enok Ang Baha	160
Ang Dakilang Mesiyas	162

Ang Pangalawang Pangitain: Ang Mga Nilalang	164
Ang Pagbagsak Ng Mga Nagbabantay	166
Si Noe At Ang Kanyang Mga Anak	168
Si Abraham At Ang Kanyang Mga Anak	170
Ang Pagdating Ni Moises	171
Ang Exodo	173
Ang Pagbibigay Ng Batas Sa Sinai	174
Inakay Ni Joshue Ang Mga Tao Sa Lupang Pangako	176
Ang Mga Unang Hari Ng Israel	178
Pinangunahan Ng Isang Bihag Ang Mga Tao	180
Ang Panahon Ng Pitumpung Pastol	182
Ang Pagtatapos Ng Panahon	187
Ang Huling Paghuhukom	189
Ang Kapanganakan Ng Mesiyas	192
Umiyak Si Enok Sa Pangitain Na Nakita Niya	193
"Ang Espiritu Ay Ibinuhos Sa Akin"	195
Ang Tipan Ni Enok	196
Isang Payo Sa Katuwiran	197
Ang Unang Hatol Ng Daigdig Ay Baha	198
Tulad Ng Sa Mga Araw Ni Noe...	199
Ang Matuwid Ay Babangon Muli Sa Pagkahimlay	200
Ang Propesiya Ng Mga Araw	201
Unang Linggo: Panahon Ni Enok	201
Ikalawang Linggo: Oras Ni Noe At Ang Baha	202
Ikatlong Linggo: Si Abraham Ay Itinaas	203

Ika-Apat Na Linggo: Ang Batas Ni Moises At Ang Tabernakulo	204
Ikalimang Linggo: Ang Templo Ni Solomon	205
Ikaanim Na Linggo: Pagtalikod At Pagkawasak Ng Templo	206
Ikapitong Linggo: Ang Kaligtasan Ng Israel!	207
Walong Linggo: Ang Kaharian Ng Tagapag-Ligtas	208
Ika-Siyam Na Linggo: Ang Mahusay Na Puting Puting Trono	209
Sampung Linggo: Ang Bagong Langit At Bagong Daigdig	210
Ang Walang-Hanggang Utos	211
Ang Librong Isinulat Ni Enok	212
Nagtagumpay Ang Panginoon Laban Sa Kamatayan	213
Sino Ang Makakatulad Sa Diyos?	214
Karagdagang Payo Sa Katuwiran	215
Ang Pakpak Ng Agila	216
Ang Makasalanan	217
Ang Darating Na Katagumpayan Ng Tapat	218
Propesiya Tungkol Sa Mga Homosekswal	220
Ang Darating Na Araw Ng Kapighatian	222
Ang Alok Ng Pagsisisi	225
Higit Pang Mga Pahamak Sa Huling Panahon	226
Ang Araw Ng Dugo	227
Ang Kabayo	228
Ang Mga Anghel Ay May Takdang Tungkulin	229
Ang Pagtatapos Ng Pagmamalupit	231

Ang Pangako Sa Mga Matuwid	233
Ang Kalagayan Ng Mga Inuusig	237
Mga Kasama Sa Mga Anghel	239
Ang Mga Masasama	240
Ang Pagbaliktad Sa Salita Ng Diyos	241
Isang Propesiya Tungkol Sa Aklat Ni Enok	242
Ang Ama At Ang Anak	243
Ang Kapanganakan Ni Noe	244
Isang Pagbisita Ni Enok Kay Matusalem	246
"Gagawin Ng Panginoon Ang Bagong Bagay Sa Lupa!"	248
Tawagin Mo Ang Pangalan Niyang Noe!	249
Ang Katarungan	250
Ang Panahon Sa Huling Henerasyon	251
About the Author	*269*

Propesiya Sa Mga Huling Henerasyon

1 Ang mga *salita ng pagpapala ni *Enok, kung saan pinagkalooban ang mga *pinili at mga banal, na mabubuhay sa *panahon ng paghihirap, kapag ang lahat ng mga makasalanan at mga di-kumikilala sa Diyos ay lubos nang napawi. ² At siya ay tumayo upang isulat ang isang talinghaga at nagwika—Enok, isang matuwid na lalaki, na ang mata ay nabuksan sa pamamagitan ng Diyos ay nakita ang pangitain ng Dakilang Panginoon ng mga kalangitan, na ipinakita ng mga *banal na nilalang sa akin, at muli sa kanila ay napakinggan ko ang lahat- lahat, at nababatid ko muli sa kanila ang mga bagay na nakita ko, na hindi para sa henerasyong ito na alam natin, subalit ito'y para sa mga malalayong henerasyon at sa *panghinaharap.

Ang Pagbabalik Ng Panginoon

³ Patungkol naman sa mga *pinili ay siya ay nagwika, at muling sumulat ng talinghaga ukol sa kanila: *Ang Banal na Panginoon ay bababa mula sa Kanyang Trono, 4 at ang Diyos na nabubuhay magpakailanman ay tatapakan ang mundo, kahit ang *Bundok ng Sinai, at Siya ay magpapakita sa Kanyang Dakilang kampo at magpapakita ng mga kakila-kilabot na kalakasan galing sa *langit ng mga langit.

5 At lahat ay hahagupitin ng matinding takot, at ang mga taga-bantay ay manginginig, at isang kakila-kilabot na takot at pangangatog ang susunggab sa kanila hanggang sa kadulo-duluhan ng sansinukob. 6 At ang mga matataas na mga bundok ay mayayanig, at pati ang mga mataas na mga burol ay mapapatag, at ang mga ito ay pawang mga pagkit sa gitna ng naglalagablab na apoy. 7 At ang sanlibutan ay buong mapupunit na parang damit at tuluyang mahihiwalay sa magkabilang-panig, at ang lahat ng mga maka-sanlibutan ay lubhang magdurusa, sa pagdating ng dakilang paghuhukom sa sangkatauhan. 8 Ngunit Siya ay makikipagkasundo sa lahat ng mga matutuwid ng may kapayapaan, at lubos Niyang pangangalagaan sila, at mahahabag Siya sa kanila. Lahat sila ay mapapasa-

Diyos, at mamumuhay sa kasaganaan, at lubos na pagpapalain. Tutulungan sila ng Panginoon, at ang ilaw ay tatanglaw sa kanila, at kapayapaan ang maghahari sa kanilang puso. 9 *At pagmasdan! Siya ay dumarating kasama ang Kanyang libu-libong mga anghel upang hatulan silang lahat. Paparusahan Niya ang lahat ng ayaw kumilala sa Kanya, at dahil sa kanilang mga kasamaan at paglapastangan sa Pangalan ng Dakilang Diyos!

Mga Pasanin Ng Propetang Enok

2 Pansinin mo lahat ng nangyayari sa kalangitan, kung paano ito ay hindi nagbabago ng landas, ang mga *nagliliwanag mula sa langit, kung papaano sila ay sumisikat, at nagkakasiyahan at nailagay sa Kaayusan sa kanilang panahon, at di lumalabag sa inilaang posisyon. ² Tignan mo ang sanlibutan, at bigyang pansin ang mga bagay na mangyayari mula sa simula at hanggang wakas, kung papaano sila naging tapat sa gawain, at papaanong wala sa buong sansinukob ang nagbago, subalit ang lahat ng gawa ng Panginoon ay lantad sa inyo. Tignan mo ang panahon ng *tag-araw at ang taglamig,* kung saan ang buong mundo ay napupuno ng tubig, maging ang mga ulap, hamog, at ulan ay humihiga na mula dito. 3 ¹ Pansinin mo at simulang mamalas ang iyong mga mata kung papaanong ang mga puno sa taglamig ay pawang nalalagas, maliban sa mga labing-apat na puno na di nauubos ang dahon, ngunit napapanatili ang mga luma ng mga dalawa hanggang tatlong taon hanggang sumibol muli ang panibago. 4 Muli't-muling tignan ang panahon ng tag-araw kung saan ang araw ay nasa itaas ng mundo sa lahat ng dako, at salungat nito. Kayo ay nagnanais ng lilim at kublihan sa dahilan ng

init ng araw, at ang mundo ay nasusunog sa naglalagablab na init, kaya kayo ay di makatapak sa lupa o sa batuhan dahil sa matinding init. 5 ¹ Pagmasdan mo ang mga puno na pawang binabalutan ang kanilang sarili ng mga maberdeng dahon at ng mga bunga: dahil dito bigyan ninyo ng pansin at unawaing mabuti na may paggalang ang lahat ng Kanyang ginawa, at lubos mong kilalanin ang Siyang nabubuhay magpakailanman ang gumawa nito, 2 at ang kanilang gawain ay di nagbabago; datapuwa't ayon sa Panginoon na nagpasiya kaya ito ay lubusang natupad, ³ at tignan mo ang dagat at mga ilog sa parehong paraan ay natatapos ang kanilang gawain at di sumusuway sa Kanyang Kautusan. 4 Subalit kayo ay *di naging tapat, at naging matiyaga sa pagsunod sa Panginoon. Kayo ay tumalikod at nagsalita ng *kayabangan o kapalaluan, at mga masasamang mga salita. Sa pamamagitan ng iyong maruruming mga labi ay niyuyurakan ninyo ang Kanyang Kadakilaan! O, mga matitigas ang puso, di ninyo masusumpungan ang kapayapaan.

5 Sa gayong dahilan ay kasusuklaman ninyo ang inyong mga araw sa lupa, at ang lahat ng inyong panahon ng buhay ninyo ay igugugol sa matinding pagdurusa, at ang mga taon ng pagkawasak at delubyo ay darami ng lubha hanggang sa pagkawalang-hanggang pighati. At sa mga panahong yaon ay di na ninyo matatagpuan ang Kanyang awa. 6 Sa panahong ding iyon ay maisusulat ang inyong mga pangalan bilang kahihiyan sa matutuwid sa magpawalang-hanggan, at sa pamamagitan ninyo lahat ay susumpain

ng mga taong sumusumpa ng kasamaan, at ang mga makasalanan, at mga di-kumikilala sa Panginoon ay susumpain ang pangalan ninyo! At ang lahat ng mga piniling tinubos ay lubusang magagalak! Masusumpungan nila ang kapatawaran sa kanilang mga kamaliang nagawa, maging awa, kapayapaan at pagpipigil. Mayroong kaligtasan sa kanila, isang tanglaw ng kabutihan. At mamanahin nila ang sansinukob. Ngunit sa inyong mga labis at sukdulan na ang kasamaan ay kailanman di masusumpungan ang kaligtasan, pero sa inyo mananatili ang sumpa ng inyong kasalanan. 8 Pagkatapos pagkakalooban ang mga pinili ng karunungan, at sila ay tunay na mabubuhay at kailanman ay di na muling magkakasala pa, kahit alinman sa makasalanang hangarin at sa kahambugan: ngunit silang mga may dunong ay matututong magpakumbaba. 9 At sila ay di na muling susuway, Ni magkakasala man sa buong buhay nila, Ni mamamatay sa kopa ng poot ng Panginoon, at sa galit; datapuwa't ay matatapos nila ito sa buong buhay nila. At ang buhay nila ay lalago sa kapayapaan, at ang panahon ng kagalakan ay madodoble ng mas higit pa sa dati, sa loob ng walang- hanggang kasiyahan at kapayapaan sa buong panahon ng buhay nila.

Krisis Sa Kapanahunan Ni Jared: Ang Rebelyon Ng Mga Anghel Na Taga-Bantay

6 *Dumating ang panahon kung saan ang mga *anak ng tao ay lubhang dumami, na sa mga araw ring yaon ay nagkaroon sila ng mga anak na magagandang, mga babae, dalagang mahahalaga, ² at ang mga *anghel, na mga anak ng Diyos, ay nakita sila at napuno sila ng kasakiman at ng kalibugan, kaya't sinabi nila sa isa't-isa: "Halina, tayo ay pumili ng ating mapapangasawa sa mga anak ng tao at magkaanak sa kanila." ³ At si Semjaza, na kanilang pinuno ay nagsalita ng ganito: "Ako ay lubos na natatakot na kayo ay di sumang-ayon sa planong ito, at ako lang ang maparusahan sa mga kasalanang ito." 4 Kaya't sila ay sumagot at sinabi: "Tayo na't sumumpa, at magbigkis ng sama-sama sa pagsigaw ng sumpa na hindi natin iiwanan ang plano, pero gagawin natin ang mga bagay na ito." 5 Pagkatapos ay nanumpa nga sila ng magkasama at nagbigkis sa pagsigaw ng sumpa ukol dito. 6 Sila ay humigit- kumulang na nasa dalawampung daang bumaba sa panahon ni Jared sa taluktok ng *bundok ng Hermon sapagkat sumumpa silang magkasama dito. 7 At ang mga pangalan ng mga pinuno ay: Semjaza, at ang mga iba pang lider, Arakiba, Rameel,

Kokabiel, Tamiel, Ramiel, Danel, Ezeqeel, Baraqijal, Asael, Armaros, Batarel, Ananel, Zaqiel, Samsapeel, Satanel, Turel, Jomjael, Sariel. Ito ang mga pinuno ng sampu.

Binago Ng Mga Anghel Na Taga-Bantay Ang Kautusan Tungkol Sa Pagpapakasal

7 At ang lahat ng kanilang kasama ay *pumili ng kanya-kanyang asawa mula sa mga babaing anak ng tao, at nagsimula silang pumasok sa kanila ng may kahalayan, dinudungisan ang kanilang mga sarili, pagkatapos ay tinuro sa kanila ng mga naligaw na anghel ang mga karumal-dumal na panggagayuma at ang mahika ng pangaakit, ang *pagputol ng mga ugat, at pagtuturo sa kanila na umangkop sa mga halaman. ² Di nagtagal ay nagluwal sila, at buhat sa kanila ay nanggaling ang mga katakot-takot na mga dakilang higante, na ang sukat ay umaabot sa tatlong libong ells, ³ na siyang lumamon ng lahat ng kayamanan ng buong sangkatauhan, 4 subalit dumating din ang panahon na ang mga tao ay di na sila kayang pakainin at pagtiisan, kaya ang mga kakila-kilabot na mga higante ay lumaban sa kanila, at maging sila ay nilamon ng mga uhaw nilang pagnanasa sa laman. 5 Sinimulan din nilang gawin ang mga karumal-dumal na kasalanan sa mga ibon, mga mababangis na hayop, mga reptilya, mga isda, at maging lamunin ang laman ng isa't-isa, at inumin ang kanilang mga dugo. 6 Dahil dito, napuno ang sanlibutan ng mga pagpaparatang at mga pagsigaw ng katarungan laban sa mga kalapastanganang ginawa nila.

Ang Mga Katuruan Ng Mga Demonyo

8 *Si Asael ang nagturo sa mga tao kung papaano gumawa ng *espada, at mga patalim, kalasag, at mga pananggalang, at ipinaalam sa kanila ang mga *kansa sa kailaliman ng lupa, at ang kasanayan sa paggawa nito, at ang mga *pulseras, mga palamuti, at ang paggamit ng mga *antimonyo, at ang pagpapaganda ng talukap ng mga mata, at lahat ng mga magagarbo at hiyas na bato, at mga makukulay na tintura, ² at dahil doon ay may matinding kasamaan na lumitaw, at sila ay *nakiapid sa mga babaing anak ng tao, at sila ay niligaw ng mga rebeldeng anghel at lalong naging bulok ang kanilang landas sa buhay.³ At itinuro naman ni Semjaza ang mga panlilinlang at *pangaakit, ang pagputol ng mga ugat, si Armaros naman ay kung *papaano maaalis ang sumpa, maaayos ang mga panlilinlang at pangagayuma, si Baraqijal naman sa astrolohiya, si Kokabel naman sa mga *tanda sa kalawakan, si Ezeqeel naman sa mga kaalaman sa ulap, si Araqiel naman sa tanda sa sansinukob, si Shamsiel naman ay sa tanda na nakikita sa araw, at si Sariel naman ay sa landas ng buwan. 4 At ang sangkatauhan ay lalong nasadlak sa kahirapan, kaya sila ay tumangis, at ang kanilang pananangis ay umabot na sa Kalangitan.

Ang Mga Tapat Na Anghel

9 Sa sandaling iyon, sina *Miguel, Uriel, Raphael, at si Gabriel ay tumungó sa ibaba upang masdan ang mga kaganapan sa lupa mula sa langit, at natanaw nila ang matinding kasamaan na naghahari sa sanlibutan, at ang lahat ng kawalang-hiyaang ginawa nila. ² At sila ay nakipagtalastasan sa isa't-isa at sinabi: "Ang mundo na nilikha ay napuno ng mga taong tumatangis, at ang kanilang hiyawan ay nakakaabot na sa pintuan ng langit, ³ at ngayon ay sinasabi ko sa inyo, na ang kaluluwa ng tao ay patuloy na naghahain ng reklamo upang silang lahat ay isakdal, sinisigaw nila, 'Dalhin ninyo ang aming usapin sa Panginoong Diyos!' 4 Dumulog sila sa Diyos ng mga kapanahunan at nagsalita ng ganito: "Panginoon ng mga panginoon, Diyos ng mga diyos, Hari ng mga hari, at Diyos ng lahat ng panahon, ang Trono ng Inyong kaluwalhatian ay nakatatag na sa lahat ng henerasyon sa lahat ng mga panahon, at ang Iyong Ngalan ay Banal at Dakila at pinagpala sa lahat ng panahon. 5 Nilikha Mo ang lahat ng bagay, at lahat ng Iyong Kapangyarihan ay higit sa lahat: lahat ay lantad sa iyong paningin, at nakikita Mo ang lahat ng bagay, at sa paningin Mo'y walang maikukubling lubos. 6 Tunay na nakikita Mo ang mga kasamaang ginawa ni Asael, na nagturo ng mga karumal-dumal na gawain sa sanlibutan, at

nilantad ang ilan sa mga *tagong lihim ng walang-hanggan, na lubos naman na pinangalagaan sa langit, at pinagsisikipan namang alamin ng sangkatauhan: 7 at si Semjaza, na binigyan Mo ng kapangyarihan na mamuno sa kanyang kasamahan, 8 ay nakapunta na sa mga anak ng tao, at sinipingan nila ang mga babae, at kanilang dinungisan ang kanilang mga sarili, at ipinakita ang lahat ng uri ng kasuklam-suklam na mga kasalanan. 9 At ang mga babaing ito ay nagsilang ng mga higante, at ang buong sansinukob ay napuno ng dugo at matinding kasamaan. 10 Ngayon, pagmasdan Mo, ang mga kaluluwa ng mga namatay ay tumatangis sa Inyo, at nagnanais na isakdal sila hanggang sa pintuan ng langit, at ang kanilang pananaghoy ay umakyat na, at wala itong patid dahil sa mga kasamaang ginawa ng mga masasamang espiritu at ang mga anak nilang mga higante. Nalalaman Mo ang lahat ng bagay bago pa man sila mangyari, at nakikita Mo ang lahat ng bagay, pati ang kanilang paghihirap na iyong pinapahintulutan, ngunit di mo naman sinasabi ang Inyong Plano at gagawin patungkol sa mga bagay na ito.

Ang Paghuhukom Ng Dakilang Diyos

10 Pagkatapos nito ay nagsalita ang Kataas-taasang Diyos, ang Banal at nag- iisang Dakila, at Kanyang ipinadala si *Uriel sa *anak ni Lamec, at sinabi sa kanya: "Pumunta ka kay Noe at sabihin mo sa aking Pangalan *'Itago mo ang iyong sarili at ihayag mo sa kanya ang katapusang malapit nang maganap sa buong sanlibutan, na ito ay mawawasak, at isang malawakang pagkagunaw ang paparating sa buong sansinukob, at masisira ang lahat ng nakapaloob dito. ³ At ngayon, ipabatid mo sa kanya ang mga bagay na darating upang siya ay tuluyang makatakas, at ang kanyang mga supling ay manatili sa bawat henerasyon." 4 At muling nagsalita ang Panginoong Diyos kay *Raphael: "Bigkisin mo si Asael sa kamay at sa paa, at ihagis mo sa kadiliman, at gumawa ka ng isang napakalalim na hukay sa *disyerto, na nasa Dudael, at muling itapon doon. 5 Lagyan mo siya ng mga bako-bakong bato na may mga talim, at itapon mo siya sa *matinding kadiliman, at hayaan siya na mamalagi doon sa mga kapanahunan, at palibutan mo ng takip ang kanyang mukha upang di na niya muling masilayan ang liwanag, 6 at pagdating sa panahon ng paghuhukom ay itatapon siya sa dagat-dagatang apoy.

7 At pagalingin mo sa pamamagitan Ko ang sanlibutan na nasira ng mga ligaw na anghel, at ipahayag mo na ang kagalingan sa sansinukob, upang sila ay mapagaling sa salot, at lahat ng mga anak ng tao ay hindi mapahamak sa mga kasuklam-suklam na mga lihim na inilantad ng mga anghel na taga-bantay at mga karima-rimarim na itinuro sa kanilang mga anak. 8 At ang buong mundo na nasira ng mga kasamaan na itinuro ni Asael: sa kanya mo ilagay ang lahat ng mga kasalanang ito." 9 At sinabi naman ng Panginoong Diyos kay Gabriel: "Magpatuloy ka sa mga anak sa labas at mga itinakwil, at labanan ang mga anak ng mga nakiapid: at wasakin mo ang mga anak ng mga nakiapid at ang mga anak ng mga anghel sa mga anak ng tao: at sila'y papuntahin mo: ipadala mo sa isa't-isa upang kapwa silang magpatayan, at mawasak nila ang mga sarili nila sa digmaan at labanan: pagkat ang mahabang panahon ay di nila makakamtan. 10 At walang hiling na ibibigay, halimbawa, para sa kanilang mga ama ay hihiling sila, ay ibibigay para sa kanilang kapakanan; sapagkat silang lahat ay umaasa na mabubuhay magpakailanman, ngunit bawat isa sa kanila ay mabubuhay lamang hanggang sa limampung daang taon."

Ang Pitumpung Henerasyon

11 At sinabi naman ng Panginoong Diyos kay Miguel: "Pumunta ka at gapusin si Semjaza at ang kanyang mga kasamahan na nakisiping sa mga babaing anak ng tao, na nadumihan ang mga sarili sa kanilang masasamang hangarin. 12 At kapag ang kanilang mga anak ay kinitil na ang isa't-isa, at lubos na nilang nasilayan ang pagkawasak ng kanilang mga minamahal, ay gapusin silang mabilis para sa pitumpung mga henerasyon sa isang lambak sa sanlibutan, hanggang sa araw ng paghuhukom at ng lahat ng katuparan ng mga bagay na ito sa magpawalang-hanggan. 13 Sa panahong iyon ay sila ay ihahagis sa naglalagablab na apoy ng kailaliman: at sa paghihirap at sa bilangguan na may takda at limitasyon magpakailanman.

14 At sinumang mahahatulan at pupuksain na nagsimula noon at hanggang ngayon ay nakagapos na magkasama hanggang sa dulo ng mga henerasyon sa mundo. 15 At wasakin mo ang mga espiritung balakyot, at ang mga anak ng mga anghel, sapagkat napinsala nila ang sanlibutan at sangkatauhan. 16 Wasakin mo ang masasama sa balat ng lupa at tulutan na ang mga bagay na masama ay lubusan nang matuldukan at hayaan na ang bagong sibol na katuwiran at katotohanan ang lumabas at manaig: at

mapapatunayang ito ay isang pagpapala; pati mga gawa ng katuwiran at katotohanan ay matatanim sa kagalakan magpakailanman.

Ang Paparating Na Kaharian Ng Tagapagligtas

17 At sa oras na iyon ang lahat ng mga matutuwid ay maliligtas , ang buong buhay nila ay mamumunga ng libo-libong mga anak at mga apo, at ang araw ng kanilang kabataan, at ng katandaan ay magtatapos ng payapa. 18 At pagkatapos nito , ang buong mundo ay bubungkalin sa katuwiran , at lahat ay matatanim kasama ng mga puno, at sila ay mabubuhay sa kariwasaan . 19 Ang lahat ng kanais-nais na puno ay matatanim dito, at sila ay magtatanim ng puno ng ubas dito : at ang puno ng ubas na kanilang itinanim sa ibabaw ng lupa ay magbubunga ng ubas na ginagawang inuming may katas ng mga ito ng masagana, at sa lahat ng mga binhing itinanim doon ay masusukat ang bawat isa ng libong beses , at ang bawat sukat ng olibo ay makakaani ng sampung piga ng langis.

20 At linisin ang mundo sa lahat ng pagpapasakit , at sa lahat ng kasalanan , at mga kawalang -hiyaan , at karumihang ginawa nila sa sanlibutan upang wasakin ito. 21 At ang mga anak ng tao ay magiging matuwid, at lahat ng mga bansa sa lahat ng panig ng mundo ay mag-aalay ng pagsamba at papuri sa Akin , at sila ay luluhod upang Ako ay dakilain . At sa panahong iyon

ay malilinis na ang mundo sa lahat ng karumihan, at sa lahat ng paglabag; lilipas na ang mga katakot-takot na mga parusa at pagpapahirap, at di na muli silang ipapadala sa mga henerasyon at henerasyon magpakailanman."

Ang Pagpapala Ng Panginoong Diyos

11 Sa araw na yaon ay bubuksan Ko ang kamalig ng pagpapala na nasa langit, upang ipadala at ipagkaloob sa mga tao na nasa sanlibutan ng mas higit pa sa kanilang gawa at pagtatrabaho, at pagbabanat ng buto. Pati ang katotohanan at kapayapaan ay magiging magkakaugnay para sa kanila sa buong henerasyon ng sangkatauhan.

Ang Panawagan Ni Enok Sa Paglilingkod

12 Bago ang mga bagay na ito, si Enok ay natago sa sangkatauhan, at walang sinuman sa mga anak ng tao ang nakakaalam ng kanyang kublihan, at kung saan ang kanyang tirahan, at ano na ang kanyang kalagayan. ² Ang kanyang aktibidad ay may kaugnayan na sa mga anghel na taga-bantay, at ang mga araw niya ay sa pamamalagi sa mga banal. ³ At ako, si Enok ay pinagpala ng Panginoon ng Kataas-taasan at Hari ng lahat ng mga kapanahunan, pagmasdan mo ang mga tagapag-bantay ay tinatawag akong—Enok na tagasulat—at sinabi sa akin: "Enok, ang matuwid na tagasulat, humayo ka, ipahayag mo sa mga ligaw na anghel na taga-bantay na umalis sa matayog na langit, na isang banal na lugar magpakailanman; at nagpakasasa at dinungisan ang sarili sa mga makalamang gawain kasama ng mga babae, at ginawa ang mga bagay na ginagawa lamang ng mga anak ng tao, at kumuha pa ng mga asawa para sa kanilang mga sarili. 5 Gumawa sila ng kahindik-hindik na pagkasira sa sanlibutan: at wala sa kanila ang makakahanap ng kapayapaan at kapatawaran sa kasalanan: 6 at gayon din lamang ang kanilang galak sa kanilang sariling anak, kaya ang pagpatay sa kanilang mga minamahal

ay masisilayan nila, at sa malayong ibayo ng pagwasak sa kanilang mga anak ay lubha silang mananaghoy, at magmamakaawa silang lubos ng walang- katapusan, ngunit ang awa at kapayapaan ay hindi nila kailanman makakamtan.

Ang Unang Talumpati Ni Enok Sa Mga Anghel Na Taga-Bantay

13 Si Enok ay pumaroon sa kanila at sinabi: "Asael, hindi mo makakamit ang iyong inaasahang kapayapaan: isang mabigat na parusa ang nakahanda laban sa iyo, na igapos ka, ² at walang pagpaparaya, at mga kahilingang tutuparin ukol sa iyo, dahil sa mga kasamaang itinuro mo, at sa mga kahindik-hindik, mga karumihan, at kasalanan na iyong ipinakita sa mga tao." ³ Pagkatapos ay umalis ako at nagsalita sa bawat isa, at ang malubhang takot, at sindak ang sumamsam sa kanilang puso at kabuuan ng pagiisip. 4 Ipinamanhik nilang magsulat ako ng isang petisyon para sa kanila upang matagpuan nila ang kapatawaran sa kanilang mga kasalanan, at mabasa ang kanilang mga hiling sa Presensya ng Dakilang Diyos ng langit. 5 Sapagkat, simula noon ay di na sila makapagsambit ng salita ukol sa Kanya at maging ang magtaas ng mata sa Kalangitan dahil sa kahihiyan na dulot ng kanilang mga kasalanan kung saan sila ay naparusahan. Pagkatapos ay sumulat ako ng isang petisyon para sa kanila, at dinasal ang mga bagay na ito para sa ikaliligtas ng kanilang mga kaluluwa, at sa mga kani-kanilang mga gawang masasama, at tungkol sa kanilang mga hinaing na dapat pa silang mapatawad at mabigyan pa ng isa pang pagkakataon.

Ang Pagdating Ng Pangitain Kay Enok

7 At ako ay umalis, at naupo sa mga katubigan ng Dan, na nasa lupain ng Dan, na nasa timog-kanlurang bahagi ng Hermon: Binasa ko ang kanilang petisyon hanggang sa makatulog ako. 8 At isang panaginip ang nakita ko, ang mga pangitain ng pagtutuwid, at isang Boses na nagsasabi at naguutos sa aking sabihin ang mga bagay na ito sa mga nilalang mula sa langit at pagalitan sila.

Ang Pangalawang Talumpati Ni Enok Sa Mga Ligaw Na Anghel

9 Pagkatapos nito, ako ay nagising, at agad na pumunta sa kanila, at natagpuan ko sila na nagsisipag-upo na magkakasama, sila ay patuloy pa din sa pagtangis sa lugar ng Abelsjael, na nasa pagitan ng Lebanon at Seneser, habang may takip ang mga mukha. 10 At isinalaysay ko sa kanila ang lahat ng aking nakita sa pangitain habang ako ay natutulog, at ako ay nagsimula nang magsalita ng mga salita ng katuwiran, at ang mga Salita ng mga poot ng Panginoon.

Isinalaysay Ng Propetang Enok Ang Patungkol Sa Mga Pangitain

14 Ang Aklat ng mga kawikaan ng katuwiran, at mga pagtutuwid sa mga anghel na taga-bantay, na nabubuhay magpakailanman alinsunod sa Kautusan ng Banal at nag-iisang Dakila sa isang pangitain. ² Nakita ko sa pagtulog ko ang mga bagay na di ko agad masasabi gamit ang dila na gawa sa laman, at sa hininga ng aking bibig: Kung saan ang nag-iisang Dakila ay ibinigay sa mga tao upang maibulalas ang sarili at maunawaan ang mga ito sa pamamagitan ng puso. Yamang nilikha Niya at binigyan ang tao ng kapangyarihan na makaunawa sa mga salita ng Karunungan, at gayon din ay nilikha Niya ako, at binigyan ng kapangyarihan upang pagalitan ang mga taga-bantay, na mga nilalang mula sa langit. 4 Naisulat ko na ang inyong mga kahilingan, at sa pangitain ay nakita ko, na ang paghuhukom at paghatol sa inyo ay nakatakda na, at ang inyong mga petisyon ay di na matutupad magpakailanman. At simula ngayon, marami sa inyo ang hindi na muling makakapunta sa itaas na siyang langit magpakailanman, at sa mga bigkis ng sansinukob, ang utos ay naibigay na upang gapusin kayo sa lahat ng mga panahon na natitira pa

sa sanlibutan. 6 Sa nakalipas lang na mga araw ay nakita niyo ang pagkasak sa mga minamahal ninyong mga anak, at nawala na ang galak ninyo sa kanila, ngunit makikita pa ninyo ang pagbagsak ng iba pang mga higante sa pamamagitan ng tabak. 7 At anumang kahilingan at petisyon para sa kanila, ay di matutupad, kahit man ang mga bagay na ukol sa inyo: at kahit man tumangis kayo ng may pighati, at manalangin at sabihin lahat ng mga salita na nakapaloob sa sulat na Aking isinulat.

Ang Pagkuha Kay Enok

8 Ang mga pangitain ay naipakita sa akin: Pagmasdan, sa aking pangitain ay nakita ko ang mga ulap inanyayahan ako at mga hamog ay tinatawag ako, at ang mga landas ng mga bituin at ang mga kidlat ay pinagmamadali ako, at ang mga hangin sa aking pangitain ay naging sanhi ng aking paglipad at iniangat ako paitaas, idinala sa langit. 9 At nagtungo ako sa isang lugar hanggang makalapit ako sa isang lugar na gawa sa mga magagandang palamuting Kristal na napapalibutan din ng mga apoy na nagmimistulang mga dila: at nagsimula akong matakot.

10 Sunod ay nagtungo ako sa dila ng apoy at lumapit sa isang bahay na malaki na gawa din sa mga Kristal: at ang pader ng bahay ay parang binubuo ng mosaiko sa sahig na gawa din sa mahahaling Kristal, at ang batayan ay mga Kristal din. 11 Ang kisame nito ay katulad ng mga landas ng bituin at ang mga kidlat, sa gitna nila ay may nag-aapoy na kerubin, at ang kanilang lugar ay malinaw na katulad ng tubig. 12 Nagsisilab at nag-aapoy ang nakapalibot sa mga pader, at ang mga lagusan nito ay nagsiklab na mga apoy. 13 Habang ako ay pumapasok sa bahay na iyon, ito ay kasing-init ng apoy, at kasing-lamig din ng yelo: walang kaluguran sa mga buhay ang naririto, at pangangatog ang humawak sa akin. 14 At habang ako ay nangangatog at nayayanig ay nagpatirapa ako na nakaharap paibaba.

Ang Pangitain Ng Kaluwalhatian

15 Nakita ko ang isa pang pangitain, at masdan! Isang ikalawang bahay, na mas higit pa sa nauna, at ang lagusan nito ay nakatayo, at ito na nakabukas sa akin, at ito ay gawa sa naglalagablab na apoy. 16 At sa lahat ng bagay ay nadadaig nito ang mga ito sa kariktan at sa kadakilaan, at ang sukat nito ay hindi ko agad maipapaliwanag sa salita, at ang taglay nitong kagandahan nito at hangganan.

17 Ang sahig nito ay apoy, at sa itaas nito ay mga kidlat at mga landas ng mga bituin, at ang kisame ay nagniningas na apoy. 18 At ako ay tumingin at nakita ko roon ang isang maringal na Trono: ang itsura nito ay Kristal, at ang gulong nito ay tulad ng pagsinag ng araw, at naroroon ang mga pangitain ay mga kerubin. 19 Sa ilalim ng Trono ay dumadaloy ang mga naglalagablab na apoy kaya di na ako makakita doon. 20 At ang niluluwalhating Dakila ay umupo doon, at ang Kanyang damit ay nagliliwanag ng mas higit pa sa araw at mas maputi pa kaysa sa niyebe. 21 Wala sa mga anghel ang makapasok at makatagal sa pagtingin sa Kanyang Mukha sapagkat Siya ay nagniningning at napupuno ng Kaluwalhatian, at walang makalaman ang makatatagal sa Kanya. 22 Ang naglalagablab na

apoy ay pumapalibot sa Kanya, at ang sulô ay nakatayo sa Kanya, kaya wala ang tuluyang nakakalapit sa Kanya: laksa-laksang mga nilalang ang nakatayo sa palibot Niya, ngunit di Siya nangangailangan ng tagapayo. At ang mga pinakabanal na mga nilalang na malapit sa Kanya ay di umaalis kahit gabi at di kailanman lumisan paalis sa Kanya.

Tinawag Si Enok Ng Boses Ng Panginoon

15 ¹ Nagsalita ang Dakilang Diyos at winika sakin ito, at narinig ko ang Kanyang Boses: "Huwag kang matakot, Enok, ang matuwid at tagasulat ng katuwiran: lumapit ka at pakinggan ang Aking Boses. ² Humayo ka, at sabihin ang mga bagay na ito sa mga taga-bantay na nagmula sa langit na aking ipinadala, "Kayo ang mamagitan sa mga tao, hindi ang mga tao ang mamamagitan sa inyo. ³ Sa anong dahilan kung bakit ninyo iniwan ang Kataas-taasan, Banal, at magpawalang-hanggang langit; at kayo ay humiga kasama ng mga babae, at dinungisan ninyo ang inyong mga dangal at puri sa mga anak ng tao, at pumili pa kayo ng mga asawa at ginawa ang mga bagay na ginagawa lamang ng mga tao at nagkaanak pa kayo sa kanila ng mga higante? 4 Kahit na kayo ay banal, nasa espiritu at namumuhay magpakailanman, ay mas pinili ninyong lapastanganin at dungisan ang mga sarili sa dugo ng mga babae, at magkaanak sa pamamagitan ng dugo at laman, at katulad ng mga anak ng mga tao na nagmamayamo at sakim sa dugo at laman gaya ng mga taong namamatay at naghihirap. 5 Kaya nga binigyan ko sila ng mga asawang makakasama, upang magkasupling muli, kaya walang maaring maging

pagkukulang sa pagtupad ng kanilang tungkulin dito sa mundo. 6 Ngunit, kayo ay mga espiritu, na namumuhay magpakailanman, mga immortal sa mga henerasyon sa sanlibutan 7 At kaya di ko kayo pinagkalooban ng mga asawa: sapagkat kayo ay mga espiritung nilalang sa langit, ang siyang tanging tirahan ninyo."

Ang Simula Ng Mga Masasamang Espiritu

8 Ngayon, ang mga higante, na nabuo sa pamamagitan ng mga espiritu at laman ay tatawaging mga masasamang espiritu sa sanlibutan, at ang sanlibutan ang kanilang magiging tahanan. 9 Ang mga masasamang espiritu ay nagmula sa kanilang mga katawan; pagkat sila ay ipinanganak sa mga anak ng tao at mga taga-bantay ng langit sa simula pa, at ito'y sa mga anghel nagmula, sila ang mga maruruming espiritu sa lupa, at sila ay makikilalang mga masasamang espiritu. 10 Samantala para sa mga espiritu na mula sa langit, ang langit ang kanilang tahanan, ngunit sa mga espiritu na nasa lupa, na nagmula sa lupa, ang mundo ang kanilang tahanan. 11 At ang mga espiritu ng mga higante ay nananakit, nagpapahirap, naninira, nananalakay, at nakikipagdigma, at gumagawa ng mga bagay na ikasisira ng sansinukob, at nagpapalaganap ng mga kaguluhan: wala silang kinukuhang pagkain, ngunit gayon pa man ay nagugutom at nauuhaw, kaya't nagiging dahilan ng kasamaan. 12 At ang masasamang espiritu ay maghihimagsik laban sa mga anak ng tao at sa babae, dahil sila ay nagmula sa kanila.

Ang Simula Ng Mga Panatikong Gnostisismo

16 Mula sa mga araw ng pagwasak at pagkitil, at ang kamatayan ng mga higante. Siyang mga kaluluwa ng mga laman ay masasamang espiritu, na lumaganap ay tuluyang mawawasak kahit wala pang paghahatol, kaya sila ay mawawasak hanggang sa araw ng mga kaganapan ng lahat ng paghuhukom, ang dakilang paghatol kung saan ang kapanahunan ay malulubos, lalo na sa mga taga-bantay at mga masasama. Oo, lahat ng mga ito ay matutupad. ² "At ngayon ang mga taga-bantay na ipinadala Ko upang mamagitan sa kanila, na noong unang panahon pa ay nasa langit na ay : ³ 'Kayo ay nagmula sa langit, ngunit ang mga dakilang hiwaga ay hindi pa na ay ito ang sabihin: hayag sa inyo ang mga ibang hiwaga, at ang nalalaman ninyo ay walang katuturan, at mula sa katigasan ng inyong puso ay ipinaalam ninyo ito sa mga babae, at dahil sa mga tagong lihim na ito; ang mga babae at lalaki ay nagsigawa ng mas higit pang kasamaan sa sanlibutan.' 4 Muling sabihin ito sa kanila: 'Di ninyo makakamtan ang kapayapaan.'"

Unang Paglalakbay Ni Enok Sa Kalawakan

17 At kinuha at dinala nila ako sa isang lugar kung saan mayroong naglalagablab na apoy, at, kung sila ay humiling ay nagpapakita sila na parang tao. ² Pagkatapos, dinala nila ako sa isang madilim na lugar, at sa isang bundok na abot na sa langit. ³ Nakita ko ang lugar ng mga tala at mga maningning at ang mga kayamanan ng mga bituin at ng kidlat at sa kailaliman kung saan ay makikita ang maalab na pana at palaso, at ang kanilang talanga kasama ang maapoy na espada at ang lahat ng mga kidlat. 4 Dinala nila ako sa mga buhay na tubig, at sa apoy na nasa kanluran, at kung saan na nakakatanggap ng pinagsikatan ng araw. 5 Pagkatapos nito ay dinala naman ako sa isang ilog ng nagbabagong apoy kung saan ang apoy ay dumadaloy na parang tubig at nagdidiskarga sa isang dagat papuntang kanluran. 6 Nakita ko ang mga dakilang mga ilog at isa sa mga dakilang mga ilog at isa sa mga dakilang ilog na iyon at sa lugar ng kadiliman, at nakapunta sa lugar kung saan ang mga makalaman ay di pa napupuntahan. 7 Nakita ko din ang mga bundok na nasa kadiliman tuwing taglamig at kung saan ang tubig sa kailaliman ay dumadaloy. 8 Nakita ko ang

bunganga ng mga ilog sa sansinukob at ang hukay sa kailaliman.

18 Nakita ko din ang mga kayamanan ng hangin: nakita ko kung paano Niya pinagkalooban ang mga ito sa lahat ng mga nilikha at ang mga sandigan ng sanlibutan. ² At nakita ko ang pundasyon ng mundo: nakita ko ang apat na hangin na bumubuhat sa sansinukob at ang papawirin ng langit. ³ Nakita ko na ang mga apat na hangin at kung paano nila hatakin ang kabang-bakal ng kalangitan. 4 Nakita ko na ang mga hangin sa kalangitan na pumipihit at dumadala ng kabilugan ng araw at lahat ng mga tala sa kanilang pagsinag at pagsikat. 5 Nakita ko rin na ang mga hangin sa sanlibutan ay nagdadala ng mga ulap: nakita ko din ang mga landas ng mga anghel.

Ang Pitong Bundok

6 Nakita ko sa dulo ng sanlibutan ang papawirin ng langit sa itaas, at ako ay tumuloy at nakita ang lugar kung saan nagaapoy sa araw at gabi, kung saan ang pitong bundok ng mga magagarbong mga bato, ang mga naroroon sa silangan, at tatlo naman ay nasa timog.

7 At ang mga nasa silangan ay may isang makukulay na bato, at isa naman ay perlas, at isa ay garnet, at ang mas malapit sa silangan ay may mapupulang bato. 8 Ngunit ang nasa gitna ay umaabot sa langit tulad ng Trono ng Panginoong Diyos, ng alabastro, ang taluktok naman ay gawa sa saphiro. 9 At nakita ko ang naglalagablab na apoy.

Ang Hindi Matatarok Na Hukay

10 Sa ibayo ng mga bundok ay may isang rehiyon sa dulo ng sansinukob: naroon ang langit ng mga langit na yari na. 11 "At nakita ko ang mga haliging apoy na ito ay nahulog na ang sukat ay higit pa, magkakahawig patungo sa kailaliman. 12 At lampas pa sa malalim na hukay ay nakita ko ang lugar na walang papawirin sa langit sa itaas, at walang lupa na pundasyon: walang tubig dito at maging ibon, at isa itong patapong lugar at nakakapangilabot. 13 Nakita ko ang pitung bituin na tulad ng dakilang naglalagab na bundok, at sakin nang magsiwalat ako patungkol sa kanila, isang anghel ang nagsabi sa akin: 14 "ang mga lugar na ito ay ang kadulo-duluhan ng langit at mundo: ito na ang naging kulungan ng mga bituin at mga nilalang sa langit. 15 At ang mga bituin na gumulong sa apoy ay silang sumuway sa Kautusan ng Dakilang Panginoon, mula sa simula ng kanilang pagsibol, sapagkat sila ay di pumunta sa kanilang hinirang na kapanahunan. 16 Siya ay napopoot sa kanila, at ginapos sila hanggang sa oras kung saan ang kanilang sala ay mapaparusahan sa katuparan ng mga bagay na ito, kahit man sa sampung libong mga panahon." 19 [1] At sinabi ni Uriel sa akin: "Narito tatayo ang mga anghel na kinonekta ang

kanilang sarili sa mga kababaihan, at ang kanilang mga espiritu na ipinagpalagay na maraming magkakaibang anyo ay sumisira sa sangkatauhan at siyang namuno upang sila ay iligaw sa paghahandog sa mga demonyo bilang mga diyos, narito sila tatayo, hanggang sa araw ng dakilang paghuhusga kung saan sila hahatulan hanggang sila ay matapos. [2] At ang mga kababaihan na ang mga anghel na niligaw ay magiging mga sirena. "At ako, si Enok, lamang ang nakakita ng pangitain, ang mga wakas ng lahat ng mga bagay: at walang makakakita na gaya ng mga nakita ko.

Ang Pitong Arkanghel

20 At ito ang mga pangalan ng mga banal na anghel na nagbabantay. ² Uriel, isa sa mga banal na anghel, na nasa buong mundo at sa Tartarus. ³ Raphael, isa sa mga banal na anghel, na nangunguna sa mga espiritu ng mga tao. 4 Raguel, isa sa mga banal na anghel na naghihiganti sa mundo ng mga maningning. 5 Si Miguel, isa sa mga banal na anghel, siya ang itinakda sa pinakamagandang bahagi ng sangkatauhan at tagapigil ng kaguluhan. 6 Saraqael, isa sa mga banal na anghel, na itinalaga sa mga espiritu, na nagkakasala sa espiritu. 7 Si Gabriel, isa sa mga banal na anghel, na nasa ibabaw ng Paraiso at ng mga ahas o seraphim at mga Kerubin. 8 Remiel, isa sa mga banal na anghel, na itinalaga ng Diyos sa mga bumabangon.

Iba Pang Mga Ligaw Na Anghel

21 At nagpatuloy ako sa kung saan ay magulo ang mga bagay. At nakita ko doon ang isang kakila-kilabot: ² nakita ko sa di alinman sa langit o sa itaas ni isang matatag na lupa, ngunit isang lugar na may gulong at kakila-kilabot. ³ At doon nakita ko ang pitong bituin ng langit na nakagapos dito, tulad ng mga magagandang bundok at nasusunog ng apoy. 4 At sinabi ko: "Para sa kung anong kasalanan kung bakit sila ay tinatalian, at sa ganoong kadahilanan ay pinatapon sila dito?" 5 At sinabi ni Uriel, isa sa mga banal na anghel, na kasama ko, at pinuno sa kanila, ay sinabi: "Enok, bakit ka nagtanong, at bakit ka masabik sa katotohanan? 6 Ang mga ito ay ang bilang ng mga bituin ng langit, na lumabag sa utos ng Panginoon, at nakatali dito hanggang sampung libong taon, kasama ang oras ng kanilang mga kasalanan ay lubusan matapos." 7 At mula roon ay nagtungo ako sa ibang lugar, na mas nakakatakot pa kaysa sa dati, at nakakita ng isang kakila-kilabot na bagay: isang mahusay na apoy doon na nasusunog at nagliliyab, at ang lugar ay malalim hanggang sa ang kailaliman, na may puno ng mahusay na pababang mga haligi ng apoy: ni ang saklaw o kadakilaan nito ay hindi ko makita, ni hindi

ako makapagpalagay. 8 At sinabi ko: "Natatakot ang lugar, at gaano ito kakila-kilabot!" 9 Sinagot ako ni Uriel, isa sa mga banal na anghel na kasama ko, at sinabi sa akin: "Enok, bakit ka takot na takot? At sumagot ako: "Dahil sa nakakatakot ang lugar na ito, at dahil sa mga pasakit." 10 At sinabi niya sa akin: "Ang lugar na ito ay bilangguan ng mga anghel, at narito sila ay makukulong magpakailanman." 22 ¹ At mula roon ay nagtungo ako sa ibang lugar, at ipinakita niya sa akin sa kanluran ang isa pang malaki at mataas bundok at ang matigas na bato. ² At mayroong apat na guwang na lugar, malalim at malawak at napakamakinis. Gaano kadulas ang mga guwang na lugar at malalim at madilim na pagtingin. ³ Pagkatapos ay si Raphael ay sumagot, isa sa mga banal na anghel na kasama ko, at sinabi sa akin: "Ang mga guwang na lugar na ito ay nilikha para sa mismong hangaring ito, na dapat ang mga espiritu ng mga kaluluwa ng mga patay ay magpipisan doon. Oo, ang lahat ng kaluluwa ng mga anak ng mga tao ay dapat magtipon rito. 4 Ang mga lugar na ito ay ginawa upang matipon sila hanggang sa araw ng kanilang paghuhukom at hanggang sa kanilang itinalagang panahon at sa itinakdang oras,hanggang sa ang dakilang paghuhukom ay dumating sa kanila."

Isang Pagbisita Sa Sheol

5 Nakita ko ang mga espiritu ng mga anak ng mga tao na namatay, at ang kanilang tinig ay lumabas hanggang langit at inilabas ang kanilang mga hinaing. 6 At tinanong ko kay Raphael, ang anghel na kasama ko, at sinabi ko sa kanya: "Sino itong espiritung ito, na ang tinig ay lumalabas at nagkakaanyo?" 7 At sinagot niya ako na sinasabi: "Ito ang espiritu na lumabas mula kay Abel, na pinatay ng kanyang kapatid na si Cain, at isinalaysay ang kanyang hinaing laban sa kanya hanggang sa ang kanyang binhi ay mawasak mula sa ibabaw ng lupa, at ang kanyang binhi ay tuluyang mabura mula sa gitna ng binhi ng mga tao." 8 Nagtanong ako tungkol dito, at tungkol sa lahat ng mga guwang na lugar: "Bakit nahihiwalay ang isa sa iba?" 9 At sinagot niya ako at sinabi sa akin: "Ang tatlong ito ay ginawa upang ang mga espiritu ng mga patay ay maaaring paghiwalayin. At isang dibisyon ay ginawa para sa mga espiritu ng matuwid, kung saan mayroong maliwanag na bukal ng tubig. 10 At ang tulad nito ay ginawa para sa mga taong makasalanan at masasama kapag sila ay namatay at inilibing sa lupa at wala pang paghuhukom na isasagawa habang buhay pa sila. 11 Ang kanilang mga espiritu ay ilalagay sa matinding pasakit hanggang sa dakilang araw ng paghuhukom at parusa, pagdurusa sa mga nagsasalita

ng mga kasamaan sa kanilang bibig at pagmumura ay magpakailanman at ang paghihiganti para sa kanilang mga espiritu. Doon ay igagapos Niya sila magpakailanman. 12 At ang nasabing dibisyon ay ginawa para sa mga espiritu na naglalabas ng hinaing, na gumawa ng pagsisiwalat tungkol sa kanilang pagkawasak, kapag sila ay pinarusahan sa mga araw ng mga makasalanan. 13 Ito ay ginawa para sa mga espiritu ng mga tao na hindi matuwid ngunit mga makasalanan, na labis na ang paglabag, at ng sila ay magiging mga kasama: ngunit ang kanilang mga espiritu ay hindi pupuksain sa araw ng mga paghatol o maging man ang maibangon mula roon." 14 Pagpalain ang Panginoon ng kaluwalhatian at aking sinabi: "Purihin ang aking Panginoon, ang Panginoon ng Katuwiran, na naghahari magpakailanman." 23 Mula roon nagtungo ako sa ibang lugar sa kanluran sa kadulo-duluhan ng mundo. ² At nakita ko ang mga nasusunog na apoy na tumakbo nang walang pahinga, at hindi humihinto mula sa kanilang landas sa araw o gabi ngunit nananatiling regular. ³ At tinanong ko at sinasabi ito: "Ano itong mga bagay na hindi nagpapahinga?" 4 Ngayon si Raguel, isa sa mga banal na anghel na kasama ko, ay sumagot sa akin at sinabi sa akin: "Ito ang landas ng apoy na iyong nakita ay ang apoy sa kanluran na naghahabol sa lahat ng mga maningning sa langit."

Ang Bundok Ng Panginoon Ng Kaluwalhatian

24 At mula roon ay nagtungo ako sa ibang lugar ng lupa, at ipinakita niya sa akin ang isang saklaw ng bundok ng apoy na sumunog sa araw at gabi.² At lumampas ako roon at nakita ko ang pitong nakamamanghang bundok, sila ay magkakaiba sa bawat isa, at ang mga bato nito ay kahanga-hanga at maganda, kahanga-hanga bilang isang buo, na may maluwalhating hitsura at makatarungang panlabas: tatlo patungo sa silangan, isa namang itinatag sa mga iba pa, at tatlo patungo sa timog, ang isa sa isa, at malalim na magaspang na bangin, walang isa na sumali sa mga naroon. ³ At ang ikapitong bundok ay nasa gitna ng ito, at pinalaki ito sa taas, na kahawig ng upuan ng isang Trono: at mabangong puno nakapaligid sa Trono. 4 At sa gitna nila ay may isang punong kahoy na tulad ko ay hindi pa naamoy, at wala sa alinman sa kanila ang aayawan ang katulad nito: ito ay may halimuyak na higit sa lahat ng halimuyak, at ang dahon, bulaklak at kahoy ay di nalalanta nang walang hanggan: at ang bunga nito ay maganda, at kahawig ang mga datilya ng palma. 5 At sinabi ko: "Ang ganda ng punong ito, at mabango, at ang mga dahon nito ay mayumi, at ang mga bulaklak nito ay

napakaganda sa hitsura." 6 At sumagot si Miguel, isa sa mga banal at isang marangal na anghel na kasama ko, at siya ay kanilang pinuno. 25 ¹ At sinabi niya sa akin: "Enok, bakit mo ako tinanong tungkol sa samyo ng puno, at bakit mo nais na malaman ang katotohanan?" ² Tapos sinagot ko siya na nagsasabing: "Nais kong malaman ang tungkol sa lahat, ngunit lalo na tungkol sa punong ito."

Puno Ng Buhay

³ At sumagot siya na sinasabi, "Ang mataas na bundok na ito na iyong nakita, na ang taluktok ay katulad ng Trono ng Diyos, ay ang Kanyang Trono, kung saan ang Banal na Dakila, ang Panginoon ng Luwalhati, ang Hari na Walang Hanggan ay uupo, kapag Siya ay bababa upang bisitahin ang mundo nang may kabutihan. 4 At tungkol sa mabangong punong ito na ang tao ay pinahihintulutan na hawakan ito hanggang sa Dakilang Paghahatol, kung kailan Niya gagantihan ang lahat, at dadalhin ang lahat sa wakas nito magpakailanman. 5 Pagkatapos ay ibibigay ito sa mga matuwid at banal. Ang bunga nito ay magiging pagkain sa mga hinirang: ito ay lilipat sa Banal na dako, sa Templo ng Panginoon, ang Hari na Walang Hanggan. 6 "Kung magkagayo'y magsasaya sila ng may galak at kasiyahan, at papasok sila sa Banal na dako; at ang amoy nito ay tatagos sa kanilang mga buto, at sila ay mabubuhay ng mahabang buhay sa mundo, tulad ng iyong mga ninuno na nabuhay ng ganoon: at sa kanilang mga araw ay walang pagdadalamhati o salot, at kapahamakan na hahawak sa kanila."

7 Pagpalain ang Diyos ng Kaluwalhatian, ang Walang Hanggan na Hari, na naghanda ng gayong mga bagay para sa matuwid, at sa nilikha Niya, pati ang pangako

na ibigay sa kanila. 26 [1] At umalis ako mula roon hanggang sa gitna ng lupa, at nakakita ako ng isang mapagpalang lugar na naroon ay mga punungkahoy na may mga sanga na nananatili at namumulaklak ng isang nasirang puno. [2] At doon ako nakakita ng isang banal na bundok, at sa ilalim ng bundok sa silangan ay may isang ilog at dumaloy ito patungo sa timog. [3] At nakita ko patungo sa silangan ang isa pang bundok na mas mataas kaysa rito, at sa pagitan nila ng malalim at makitid na bangin: doon din nagpatakbo ng isang ilog sa ilalim ng bundok. 4 At sa kanluran doon ay may isa pang bundok, mas mababa kaysa sa dating at maliit na taas, at isang bangin malalim at tuyo sa pagitan nila: at isa pang malalim at tuyong bangin ay nasa mga dulo ng tatlong bundok. 5 At ang lahat ng mga bangin ay malalim at makitid, na nabuo ng matigas na bato, at ang mga puno ay hindi nakatanim sa kanila. 6 At nagtaka ako sa mga bato, at nagtaka ako sa bangin, oo, labis akong nagtaka. 27 [1] Pagkatapos ay sinabi ko: "Para sa anong bagay ang mapagpalang lupang ito, na napupuno ng mga puno, at ang sinumpang libis sa pagitan?"

Ang Araw Ng Paghuhukom

² Tapos si Uriel, isa sa mga banal na anghel na kasama ko, ay sumagot at sinabi: "Ang sinumpaang libis ay para sa mga sinumpa magpakailanman: narito ang lahat ng mga sinumpa ay titipunin na kasama ang mga nagsasalita sa kanilang mga labi laban sa Panginoon, mga pagmumura sa Kanyang kaluwalhatian ay nagsasalita ng mga malulubhang bagay. Dito sila ay titipunin, at narito ang kanilang lugar ng paghatol. ³ Sa mga huling araw ay magkakaroon ng tanawin para sa matuwid na paghatol sa piling ng mga matuwid magpakailanman: narito ay pagpapalain naman ang matuwid ng maawaing Panginoon ng kaluwalhatian, at Walang Hanggan na Hari. 4 Sa mga araw ng paghatol mula pa sa dati, pagpapalain nila Siya dahil sa Kanyang awa alinsunod sa itinalaga na kanilang mana." 5 Tapos pinasasalamatan ko ang Panginoon ng kaluwalhatian na nagpakita ng Kanyang kaluwalhatian at aking sinigaw ang mga papuri para sa Kanya!" 28 ¹ At mula roon ay nagtungo ako sa silangan, sa gitna ng saklaw ng bundok ng disyerto, at nakita ko ang isang kagubatan at nag-iisa ito, punó ng mga puno at halaman. ² Ang tubig ay bumulwak mula sa itaas. ³ Isang pagmamadali tulad ng isang mabilis na paglagalas ng tubig na dumadaloy patungo sa hilagang-kanluran ay nagdulot ng mga ulap at hamog

na umakyat sa bawat panig. 29 ¹ At mula roon ay nagtungo ako sa ibang lugar sa disyerto, at lumapit sa silangan nito na bulubundukin.² At doon ako nakakita ng mga mabangong puno na nagsasaboy ng mga halimuyak ng mga kamangyan at mira,at ang mga punungkahoy ay katulad din sa puno ng almendras. 30 ¹ At paglampas sa mga ito, lumayo ako sa silangan, at nakakita ako ng ibang lugar, isang lambak na puno ng tubig. ² At doon ay mayroong isang puno, ang kulay ng mabangong mga puno tulad ng mastik. ³ At sa mga panig ng mga libis na iyon ay nakita ko ang mabangong kanela. Lumampas pa ako sa mga ito pumunta sa silangan. 31 ¹ At nakita ko ang iba pang mga bundok, at sa gitna nila ay mga mga puno ng kahoy, at doon ay umaagos mula sa kanila ang nektar, na kung saan ay pinangalanang sarara at galbanum. ² At sa kabila ng mga bundok na ito ay nakita ko na may isa pang bundok sa silangan ng dulo ng mundo, kung saan may mga puno ng aloe, at lahat ay puno ng stakte, tulad ng puno ng almendras. ³ At kapag sinunog ito, mas matamis ito kaysa sa anumang mabangong amoy.

Ang Hardin Ng Katuwiran

32 At pagkatapos ng mga mabangong amoy, habang tumitingin ako sa hilaga sa mga bundok ay nakita ko ang pitong bundok na puno ng piniling nard at mabangong puno at kanela at paminta. ² At mula roon nagpunta sa kabuuan ng lahat ng mga bundok na ito, malayo sa silangan ng lupa, at lumampas sa itaas ng dagat Erythraean at napalayo mula rito, at dumaan sa anghel na si Zotiel. ³ At dumating ako sa Hardin ng Katuwiran, at nakita ko paglampas sa mga punong iyon ang maraming malalaking mga puno na lumalaki doon at ng mabangong samyo, malaki, napakaganda at maluwalhati, at ang puno ng karunungan kung saan kumakain sila at nakakaalam ng maraming karunungan. 4 Ang punong iyon ay nasa taas tulad ng fir, at ang mga dahon nito ay katulad ng mga iyon ng punong Carob: at ang bunga nito ay parang mga kumpol ng puno ng ubas, na napakaganda: at ang bango ng puno ay tumagos sa malayo. 5 At sinabi ko: "Maganda ang puno, at gaano kaganda ang hitsura nito!"

6 At si Raphael na banal na anghel, na kasama ko, ay sumagot sa akin at sinabi: "Ito ang dakilang punungkahoy ng Karunungan, na kung saan ang iyong matandang amang ninuno na si Adan noong unang panahon at ang iyong matandang ina na si Eba,

na nauna sa inyo, ay kumain ng ipinagbabawal na bunga at natutunan nila ang malagim na tagong lihim at ang kanilang mga mata ay nabuksan, at alam nila na sila ay hubad, kaya't pinalayas sila sa hardin."

Tumanggap Si Enok Ng Aklat Ng Kalendaryo Patungkol Sa Sansinukob

33 At mula roon ay nagtungo ako sa mga dulo ng lupa at nakakita doon ng mga magagaling na hayop, at bawat isa ay naiiba sa iba; at nakita ko ang mga ibon na naiiba din sa hitsura at kagandahan at boses, ang naiiba sa iba. At sa silangan ng mga hayop ay nakita ko ang mga dulo ng mundo kung saan ang langit ay nagpapahinga, at ang mga portal ng langit ay nakabukas. ² At nakita ko kung paano ang mga bituin ay lumalabas ng langit, at binilang ko ang mga portal na kanilang pinatuloy, ³ at isinulat lahat-lahat ang kanilang mga lungga, ng bawat indibidwal na bituin sa kanyang sarili, ayon sa kanilang bilang at kanilang mga pangalan, kanilang mga landas at kanilang mga posisyon, at ang kanilang mga oras at kanilang mga buwan, na si Uriel na banal na anghel na kasama ko ang nagpakita sa akin. 4 Ipinakita niya sa akin ang lahat ng mga bagay at isinulat para sa akin: pati na rin ang kanilang mga pangalan na sinulat niya para sa akin, at ang kanilang mga batas at kanilang mga kasama. 34 ¹ At mula roon ay nagtungo ako sa hilaga hanggang sa mga dulo ng lupa, at doon ako nakakita

ng isang mahusay at maluwalhating aparato sa mga dulo ng buong mundo.[2] Dito, nakita ko ang tatlong mga portal ng langit bukas sa langit: sa pamamagitan ng bawat isa sa kanila ay nagpapatuloy ang hangin sa hilaga: kapag sila ay humihip may malamig, ulan, yelo, niyebe, hamog, at ulan. [3] At mula sa isang portal ay nagsabog sila para sa kabutihan: ngunit kapag sumabog ito sa pamamagitan ng iba pang dalawang portal, ito ay may karahasan at pagdurusa sa mundo, at nagsabog nga sila ng karahasan.

35 At mula roon ay nagtungo ako sa kanluran hanggang sa mga dulo ng lupa, at nakita ko roon bukas ang mga portal ng langit tulad ng nakita ko sa silangan, ang parehong bilang ng mga portal, at ang parehong bilang ng kanilang paglulugaran. 36 At mula roon ay nagtungo ako sa timog hanggang sa mga dulo ng lupa, at nakita kong may tatlong nakabukas na mga portal ang langit: at doon nanggaling ang mga hamog, ulan, at hangin. [2] At mula roon ay nagtungo ako sa silangan hanggang sa mga dulo ng langit, at nakita dito ang tatlong silangang may portal sa langit na nakabukas at maliit na portal sa itaas nila. [3] Matapos ang bawat isa sa mga maliliit na portal na ito ay dumaan sa mga bituin ng langit at pinapatakbo ang kanilang landas sa kanluran, at sa landas na ipinapakita sa kanila.

Tinapos Ni Enok Ang Pagbalik-Tanaw Sa Kanyang Dakilang Pangitain

4 At kahit madalas kong makita ito, ay pinagpapala ko palagi ang Panginoon ng Kaluwalhatian, at patuloy akong itinataas ang Panginoon ng Kaluwalhatian na gumawa ng Dakila at Maluwalhating mga kababalaghan, upang maipakita ang kadakilaan ng Kanyang gawain sa mga anghel at espiritu at sa mga tao, upang kanilang purihin ang Kanyang gawa at lahat ng Kanyang nilikha: na makita nila ang Kanyang gawa ng Kanyang lakas at purihin ang Dakilang gawain ng Kanyang mga kamay at pagpalain Siya magpakailanman.

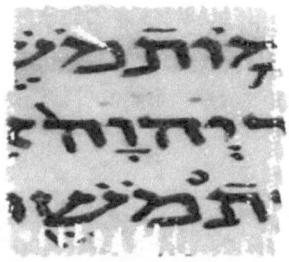

Ang Aklat ng mga Talinghaga

Nakatuon Sa Mga Darating

37 Ang ikalawang pangitain na nakita niya, ang pangitain ng karunungan - na si Enok na anak ni Jared, ang anak ni Mahalalel, anak ni Cainan, anak ni Enos, anak ni Seth, anak ni Adan, ay nakita. 2 At ito ang pasimula ng mga salita ng Karunungan, at itinaas ko ang aking tinig upang magsalita at sasabihin ang mga tumatahan sa lupa: Makinig kayo, kayong mga tao sa unang panahon, at, kayo na susunod, ang mga salita ng Banal na aking sasalitain sa harap ng Panginoon ng mga Espiritu. 3 Mas mahusay na ipahayag lamang ang mga ito sa mga kalalakihan ng unang panahon, ngunit kahit na mula sa mga darating na kapanahunan ay hindi namin pipigilan ang simula ng karunungan. 4 Hanggang sa kasalukuyang panahon ang ganitong karunungan ay hindi pa ibinigay ng Panginoon ng mga Espiritu na tulad ko ay natanggap iyon sa aking pinalakas na pananaw, ayon sa kagandahang-loob ng Panginoon ng mga Espiritu na ibinigay sa akin ang lugar na iyon sa walang hanggan. 5 Ngayon ang tatlong talinghaga ay ipinagkaloob sa akin, at itinaas ko ang aking tinig at isinalaysay ko ang mga ito sa nananahan pa sa sanlibutan.

Ang Unang Propesiya: Ang Pagdating Ng Matuwid

38 Ang unang Talinhaga: Kapag ang kapisanan ng matuwid ay lilitaw, at ang mga makasalanan ay hahatulan dahil sa kanilang mga kasalanan, at itataboy na mula sa mukha ng lupa: 2 At kapag ang Dakilang Matuwid ay lilitaw sa harap ng mga mata ng matutuwid, at ang mga hinirang ay magtitiwala sa Panginoon ng mga Espiritu, at ang ilaw ay lilitaw sa mga matuwid at ang mga hinirang na nakatira sa lupa, kung saan magkakaroon ng tirahan ng mga makasalanan, At saan ang pahingahan ng mga taong tumanggi sa Panginoon ng mga Espiritu? Mabuti para sa kanila kung hindi sila ipinanganak. 3 Kapag ang mga lihim ng matuwid ay ibubunyag, samantalang hahatulan naman ang mga makasalanan, at ang mga tumakwil sa Panginoon na itinulak paalis mula sa piling ng mga matutuwid at hinirang, 4 Sapagkat sa oras na yaon ang mga nagmamay-ari ng lupa ay hindi na magiging malakas at itataas: At hindi nila makikita ang mukha ng banal, sapagkat ang Panginoon ng mga Espiritu ay nagdulot ng Kanyang ilaw na lumitaw sa harap ng Kanyang banal, matuwid, at hinirang. 5 Nang magkagayo'y mawawala na ang mga hari at ang malakas at ibibigay ito sa mga kamay ng matuwid at

banal. 6 At mula roon ay hindi nila hihingin para sa kanilang sarili ang awa mula sa Panginoon ng mga Espiritu, sapagkat ang kanilang buhay ay nagtapos na.

Ang Panghinaharap Na Pagbabalik Ng Mga Tagamasid Na Anghel

39 At mangyayari sa mga araw na iyon na ang mga hinirang at banal na mga anak ay bababa mula sa mataas na langit, at ang kanilang mga binhi ay magiging isa sa mga anak ng mga tao. 2 At sa mga araw na iyon tumanggap si Enok ng mga libro ng poot at galit, at mga libro ng kaguluhan at pagpapatalsik. At ang awa ay hindi ibibigay sa kanila, sabi ng Panginoon ng mga Espiritu. 3 At sa mga araw na iyon, isang bagyo ang nagalis sa akin mula sa lupa, at inilagay ako sa dulo ng Langit. 4 At doon ako nakakita ng isa pang pangitain, ang mga tahanang dako ng banal, At ang mga pahingahan ng mga matuwid. 5 Ang aking mga mata ay nakakita ng kanilang mga tirahan kasama ng Kanyang matuwid na mga anghel, At ang kanilang mga pahingahan na kasama ng banal. At sila ay nangusap at namamagitan at nanalangin para sa mga anak ng mga tao, At ang katuwiran ay dumaloy sa kanilang harapan na parang tubig, At ang awa tulad ng hamog sa lupa: Sa gayon ito ay nasa gitna nila magpakailanman.

Ang Pinili Ng Katuwiran

6 At sa lugar na iyon ay nakita ng aking mga mata ang Pinili ng Katuwiran at ng pananampalataya, at ang katuwiran ay mananaig sa kanyang mga kaarawan, At ang matuwid at hinirang ay walang bilang sa harap Niya magpakailanman. 7 At nakita ko ang kaniyang tirahan sa ilalim ng mga pakpak ng Panginoon ng mga Espiritu. At ang lahat ng matuwid at mga hinirang sa harap Niya ay magiging malakas na parang mga nagniningas na ilaw, at ang kanilang bibig ay mapupuno ng pagpapala, at pinupuri ng kanilang mga labi ang Pangalan ng Panginoon ng mga Espiritu, at ang katuwiran sa harap Niya ay hindi kailanman mabibigo, at ang katuwiran ay hindi kailanman mabibigo sa harap Niya. 8 Dito nais kong manirahan, at ang aking espiritu ay naghahangad sa tahanang yaon: At nauna ang aking bahagi, sapagkat ganito naitatag ang ukol sa akin sa harap ng Panginoon ng mga Espiritu.

"Banal! Banal! Banal!"

9 Sa mga panahong iyon pinuri at pinuri ko ang pangalan ng Panginoon ng mga Espiritu na may mga pagpapala at papuri, sapagkat tinukoy niya ako para sa pagpapala at kaluwalhatian alinsunod sa mabuting kasiyahan ng Panginoon ng mga Espiritu. 10 Sapagkat matagal na nang aking pangmasdan ang lugar na iyon, at binasbasan ko siya at pinuri ko siya, sinasabi: "Purihin Siya, at pagpalain Siya mula pa sa simula at magpakailanman. 11 At sa harap Niya ay walang tigil ang mga nilalang. Alam Niya bago pa nilikha ang mundo kung ano ang magpakailanman at kung ano ang magmumula sa henerasyon hanggang sa dulo ng mga henerasyon. 12 Ang mga natutulog ay hindi nagpupuri sa Iyo: tumayo sila sa ang Inyong kaluwalhatian at nagpupuri, at sumasayaw, na sinasabi: 'Banal, banal, banal, ay ang Panginoon ng mga Espiritu: Pinupuno Niya ang lupa ng mga Espiritu. '" 13 At narito, nakita ng aking mga mata ang lahat na hindi natutulog: nakatayo sila sa harap Niya sinasabi: "Pagpalain ka, at pagpalain ang pangalan ng Panginoon magpakailanman." 14 At ang aking mukha ay nabago; sapagka't hindi na ako makatingin. 40 At pagkatapos nito ay nakita ko ang libu-libo ng laksa-laksa at sampung libong beses na sampung libo, nakita ko maraming tao na higit sa bilang at pagbilang, na tumayo sa harap ng Panginoon ng mga Espiritu.

Ang Apat Na Presensya

2 At sa apat na panig ng Panginoon na mga Espiritu ay nakita ko ang apat na presensya, naiiba sa mga iyon hindi matulog, at nalaman ko ang kanilang mga pangalan: sapagka't ang anghel na sumama sa akin ay nagpakilala sa akin mga pangalan, at ipinakita sa akin ang lahat ng mga nakatagong bagay. 3 At narinig ko ang mga tinig ng apat na presensya habang nagsasalita sila ng mga papuri sa harap ng Panginoon ng kaluwalhatian. 4 Ang unang tinig ay nagpapala sa Panginoon ng mga Espiritu magpakailanman. 5 At ang pangalawang tinig ay narinig kong pinagpapala ang Pinili at ang mga hinirang na nagtitiwala sa Panginoon ng mga Espiritu. 6 At ang pangatlong tinig ay narinig kong nananalangin at namamagitan para sa mga naninirahan sa mundo at humihiling sa pangalan ng Panginoon ng mga Espiritu. 7 At narinig ko ang ika-apat na tinig na tumatakbo sa mga kampon ni Satanas at ipinagbabawal silang pumunta sa harap ng Panginoon ng mga Espiritu na akusahan silang mga naninirahan sa mundo. 8 Pagkatapos ay tinanong ko ang anghel ng kapayapaan na sumama sa akin, na nagpakita sa akin ng lahat nakatago: "Sino ang apat na presensya na aking nakita at kaninong mga salita na aking narinig at nakasulat?" 9 At sinabi niya sa akin: "Ito ang una kay Miguel, ang maawain at mahinahon:

at ang pangalawa, siya ay itinakda sa lahat ng mga sakit at lahat ng mga sugat ng mga anak ng tao, ay si Raphael: at ang pangatlo, na siyang pinuno sa lahat ng mga kapangyarihan, ay si Gabriel: at ang ikaapat, na nakatakda sa pagsisisi hanggang pag-asa sa mga magmamana ng buhay na walang hanggan, ay pinangalanang Phanuel." 10 At ito ang apat na anghel ng Panginoon ng mga Espiritu at ang apat na tinig na narinig ko sa mga araw na yaon.

Ang Tirahan Ng Mga Banal

41 At pagkatapos nito nakita ko ang lahat ng mga lihim ng langit, at kung paano nahati ang kaharian, at kung paano ang mga pagkilos ng mga lalaki ay tinimbang sa balanse. 2 At doon ko nakita ang mga mansiyon ng mga hinirang at ang mga mansiyon ng banal, at nakita ng aking mga mata roon ang lahat ng mga makasalanan na pinalayas mula roon dahil itinanggi nila ang pangalan ng Panginoon ng mga Espiritu, at hinihila: at hindi sila makatupad dahil sa parusa na nagmumula sa Panginoon ng mga Espiritu. 3 At doon nakita ng aking mga mata ang mga lihim ng kidlat at ng kulog, at ang mga lihim ng hangin, kung paano sila nahahati upang sumabog sa mundo, at ang mga lihim ng mga ulap at hamog, at doon ko nakita kung saan sila nagpapatuloy sa lugar na iyon at kung saan nanggagaling ang kanilang maalikabok na lupa. 4 At doon ko nakita ang mga saradong silid na pinaghihiwalay ng mga hangin, ang silid ng ang yelo at hangin, ang silid ng halumigmig , at ng mga ulap, at ang ulap nito ay lumilipad sa buong mundo mula sa simula ng mundo . 5 At nakita ko ang mga silid ng araw at buwan , kung saan sila nagpapatuloy at kung saan sila bumalik , at ang kanilang maluwalhating pagbabalik , at kung paano ang isa nakahihigit sa iba pa, at ang kanilang magandang pag-inog, at kung

paano nila iniwan ang kanilang pag-inog, at idinagdag nila wala sa kanilang pag-inog at hindi nila kinuha ang anoman , at nananatili silang naniniwala sa bawat isa, alinsunod sa panunumpa na kung saan sila ay pinagsama . 6 At una lumulubog ang araw at sinusubaybayan ang kanyang landas alinsunod sa utos ng Panginoon ng mga Espiritu, at ang makapangyarihan ay sa Kanya pangalan magpakailanman. 7 At pagkatapos nito nakita ko ang nakatago at nakikitang landas ng buwan, at tinutupad niya ang landas ng kanyang landas sa lugar na iyon sa araw at gabi ang isang may hawak na posisyon sa tapat ng iba pa sa Panginoon ng mga Espiritu. At sila ay nagpapasalamat at pumupuri at sila 'y hindi nagpapahinga ; sapagkat nasa kanila ang kapahingahan ng pasasalamat . 8 Para sa araw ay nagbabago madalas para sa isang pagpapala o isang sumpa , At ang landas ng landas ng buwan ay ilaw sa mga matuwid At kadiliman sa mga makasalanan sa pangalan ng Panginoon, na Siyang gumawa ng paghihiwalay sa pagitan ng ilaw at ng kadiliman, At hinati ang mga espiritu ng mga tao, At pinalakas ang mga espiritu ng matuwid, Sa pangalan ng Kanyang katuwiran. 9 Sapagka't walang anghel na humahadlang at walang kapangyarihan ang makakapigil; upang Siya ay magtalaga ng isang hukom para sa kanilang lahat at Kaniyang hinuhusgahan silang lahat sa harapan Niya.

Ang Pagpapakatao Ng Karunungan

42 Ang Karunungan ay walang nakitang lugar kung saan siya tatahan; pagkatapos ay itinalaga sa kanya ang isang tirahan. 2 Ang Kawikaan ay lumabas upang tumahan siya sa gitna ng mga anak ng tao, at walang siyang nahanap na tirahan: Ang Karunungan ay bumalik sa kanyang lugar, at umupo sa gitna ng mga anghel. 3 At dahil sa kanilang kalikuan ay lumabas muli siya sa kanyang mga silid upang matagpuan, at tumahan kasama nila, tulad ng ulan sa isang disyerto at hamog sa isang uhaw na lupain. 43 At nakita ko ang iba pang mga kidlat at mga bituin ng langit, at nakita ko kung paanong tinawag Niya silang lahat ang kanilang mga pangalan at nakinig sila sa Kanya. 2 At nakita ko kung paano sila tinimbang sa isang matuwid na balanse ayon sa kanilang mga sukat ng ilaw: Nakita ko ang lapad ng kanilang mga puwang at araw ng ang kanilang paglitaw, at kung paano ang kanilang rebolusyon ay gumagawa ng kidlat: at nakita ko ang kanilang rebolusyon ayon sa bilang ng mga anghel, at kung paano nila pinananatili ang tiwala sa bawat isa.

3 At tinanong ko ang anghel na sumama sa akin na nagpakita sa akin kung ano ang nakatago: 4 "Ano ito?" At sinabi niya sa akin: "Ipinakita sa iyo ng

Panginoon ng mga Espirito ang kahulugan ng talinghaga: ito ang mga pangalan ng banal na naninirahan sa mundo at naniniwala sa Pangalan ng Panginoon ng mga Espiritu magpakailanman." 44 Gayundin ang isa pang kababalaghan na nakita ko tungkol sa mga kidlat: kung paano ang ilan sa mga bituin ay bumangon at maging mga kidlat at hindi maaaring makibahagi sa kanilang bagong anyo.

Ang Pangalawang Propesiya

45 At ito ang pangalawang Talinghaga tungkol sa mga tumatanggi sa Pangalan ng tirahan ng mga banal at ang Panginoon ng mga Espiritu. 2 At sa langit ay hindi sila makakaakyat, At magingsa lupa ay hindi sila makakarating: Ang ganito ay magiging kapalaran ng mga makasalanan. Sino ang tumanggi sa Pangalan ng Panginoon ng mga Espiritu, sino ang makakapanatili sa araw ng pagdurusa at paghihirap. 3 Nang araw na yaon ang Aking Pinili na Lingkod ay nakaupo sa trono ng kaluwalhatian at susubukan ang kanilang mga gawa, at ang matutuwid mga lugar ng pahinga ay hindi mabilang. At ang kanilang mga kaluluwa ay lalakas sa loob nila nang makita nila ang Aking mga hinirang, At yaong tumawag sa Aking maluwalhating pangalan: 4 Pagkatapos ay ipapadala ko ang Dakilang Pinili sa kanila. At babaguhin Ko ang langit at gagawin itong isang walang hanggang pagpapala at ilaw: 5 At babaguhin Ko ang mundo at gagawin itong pagpapala: At ipatutupad ko ang Aking mga hinirang: Nguni't ang mga makasalanan at gumagawa ng masasamang loob ay hindi rito lalakad. 6 Sapagkat nagbigay ako at nasiyahan sa kapayapaan ang aking mga matuwid at pinatahan sila sa pighati sa harap Ko: Ngunit para sa mga makasalanan ay may paghatol na

dumarating sa Akin, Sa gayo'y aking lilipulin sila sa ibabaw ng lupa.

46 At doon ko nakita ang Isa na Pinuno ng Kaliwanagan, at ang Kanyang ulo ay maputi na parang lana, at kasama Niya ang isa pang Dakila na ang hitsura ay parang tao, at ang kanyang mukha ay puno ng kabaitan, tulad ng isa sa mga banal na anghel. 2 Tinanong ko ang anghel na sumama sa akin at ipinakita sa akin ang lahat ng mga nakatagong bagay, tungkol sa Anak ng Tao, sino Siya, at saan Siya nagmula, at bakit Siya sumama sa Pinuno ng mga Kapanahunan?

3 At siya ay sumagot at sinabi sa akin: Ito ang Anak ng Tao na may katuwiran, kung saan nananahan ang katuwiran, at siyang naglalahad ng lahat ng mga kayamanan na puno ng hiwaga, sapagkat pinili siya ng Panginoon ng mga Espiritu, at ang Kanyang pag-aari ay mas nakahihigit ng may kadakilaan sa harap ng Panginoon ng mga Espiritu, at sa katuwiran magpakailanman. 4 Ang Anak ng Tao na iyong nakita ay magaangat ng mga hari at ang mga makapangyarihan mula sa kanilang mga inuupuan, at ang malakas mula sa kanilang mga trono at papakawalan ang mga litid ng malakas, at wawasakin ang ngipin ng mga makasalanan.

5 At ibababa niya ang mga hari sa kanilang mga trono at kaharian, sapagkat hindi nila pinupuri at pinupuri Siya, Ni mapagpakumbabang kilalanin kung saan nagmula ang kaharian na ipinagkaloob sa kanila.

6 At ibababa niya ang mukha ng malakas, at pupunuin sila ng kahihiyan. Ang kadiliman ay magiging kanilang tahanan, at ang mga uod ay magiging kanilang higaan, at wala silang pag-asang bumangon mula sa kanilang mga kama, sapagkat hindi nila dinadakila ang pangalan ng Panginoon ng mga Espiritu. 7 At ito ang mga humatol sa mga bituin ng langit, at nagtaas ng kanilang mga kamay laban sa Kataastaasan, at lumalakad sa sanlibutan at tumatahan doon. At ang lahat ng kanilang mga gawa ay nagpapakita ng kawalang-katarungan, at ang kanilang kapangyarihan ay nakasalalay sa kanilang mga kayamanan, at ang kanilang pananampalataya ay nasa mga diyos na kanilang ginawa sa pamamagitan ng mga kamay, at itinanggi nila ang Pangalan ng Panginoon ng mga Espiritu, 8 At pinag-uusig nila ang mga tirahan ng Kanyang mga kapisanan, at ang tapat na nananampalataya sa Pangalan ng Panginoon ng mga Espiritu.

Ang Mga Kaluluwa Ng Mga Matutuwid Na Kinitil

47 At sa mga araw na iyon ay umakyat ang dalangin ng mga matuwid, at ang dugo ng matuwid mula sa lupa sa harap ng Panginoon ng mga Espiritu. 2 Sa mga panahong iyon ang mga banal na tumatahan sa itaas ng Kalangitan ay nagkaisa sa isang boses at nanalangin at purihin, at magpasalamat at pagpalain ang Pangalan ng Panginoon ng mga Espiritu ukol sa dugo ng matuwid na nabuhos, at upang ang panalangin ng matuwid ay di mawalang kabuluhan sa harap ng Panginoon ng mga Espiritu, na ang paghatol ay maaaring gawin sa masasama, at upang hindi na nila kailangang maghirap magpakailanman. 3 Sa mga panahong iyon, nakita ko ang Pinuno ng mga Kapanahunan nang Siya ay nakaupo sa trono ng Kanyang kaluwalhatian, at ang mga aklat ng buhay ay nabuksan sa harap Niya: At lahat ng Kanyang hukbo na nasa langit sa itaas at ang Kanyang mga tagapayo ay tumayo sa harap niya, 4 At ang mga puso ng banal ay napuno ng kagalakan; sapagkat inalok Niya ang bilang ng mga matutuwid, at dininig ang dalangin ng mga matuwid, at ang dugo ng matutuwid ay naging kasangkapan sa harap ng Panginoon ng mga Espiritu.

Ang Di-Maihahambing Na Bukal Ng Katuwiran

48 At sa lugar na iyon nakita ko ang bukal ng katuwiran kung saan ito ay hindi nasasayang: At sa paligid nito ay maraming mga bukal ng Karunungan: At ang lahat ng nauuhaw ay uminom sa kanila, At napuno ng Karunungan, At ang kanilang mga tirahan ay kasama ng matuwid at banal na hinirang. 2 At sa oras na iyon pinangalanan ang Anak ng Tao Sa piling ng Panginoon ng mga espiritu, At ang Kanyang pangalan sa harap ng Pinuno ng Kapanahunan. 3 Oo, bago ang araw at ang mga tanda ay nilikha, bago ginawa ang mga bituin ng langit, ang kanyang pangalan ay Pinangalanan sa harap ng Panginoon ng mga Espiritu. 4 Siya ay magiging isang tungkod sa matuwid na manatili sa kanilang kalagayan at hindi na mahuhulog, at Siya ang magiging ilaw ng mga Hentil, at ang pag-asa ng mga nababagabag ng malubha sa puso.

Ang Pandaigdigang Pagsamba Sa Anak Ng Tao

5 Ang lahat na tumatahan sa lupa ay yuyukod at sasamba sa harap Niya, At pupurihin at pagpalain at ipagdiriwang kasama ang awit ng Panginoon ng mga Espiritu. 6 At sa kadahilanang ito ay napili at itinago siya bago pa man ang paglikha ng mundo at ang magpakailanman. 7 At ang karunungan ng Panginoon ng mga Espiritu ay nagpahayag sa kanya bilang banal at matuwid; Sapagkat pinangalagaan Niya ang napakaraming matutuwid, sapagka't kanilang kinapootan at kinamuhian ang mundong ito ng kalikuan, at kinasusuklaman ang lahat ng mga gawa at pamamaraan nito sa pamamagitan ng pangalan ng Panginoon ng mga Espiritu.

Dahil Sa Kanyang Pangalan Sila Ay Maliligtas

Sapagkat sa kanyang pangalan ay naligtas sila, At ayon sa kanyang mabuting kasiyahan ay may kinalaman sa kanilang buhay. 8 Sa mga araw na ito, ang mga hari sa lupa ay naging, At ang malakas na nagmamay-ari ng lupain dahil sa gawa ng kanilang mga kamay, Sapagka't sa araw ng kanilang pagdalamhati at pagdurusa ay hindi nila maililigtas ang kanilang sarili. 9 At ibibigay ko sila sa mga kamay ng Aking mga hinirang :Tulad ng dayami sa apoy ay susunugin nila sa harap ng banal. Tulad ng tingga sa tubig ay malulubog sila sa harap ng mga matuwid , At walang bakas sa kanila na mahahanap pa. 10 At sa araw ng kanilang pagdurusa ay magkakaroon ng pahinga sa lupa , At bago sila mahuhulog at hindi na muling babangon: At walang makukuha sa pamamagitan ng kanyang mga kamay at itataas sila: Sapagka 't tinanggihan nila ang Panginoon ng mga Espiritu at ang Kanyang Hinirang.

Ang Pangalan Ng Panginoon Ng Mga Espiritu

49 Oo, ang karunungan ay ibinuhos tulad ng tubig, at ang kaluwalhatian ay hindi nawawala sa harap niya magpakailan man. 2 Sapagkat siya ay makapangyarihan sa lahat ng mga lihim ng katuwiran, At ang kalikuan ay mawawala tulad ng anino, at walang pagpapatuloy; Sapagkat ang Pinili ay nakatayo sa harap ng Panginoon ng mga Espiritu, at ang kanyang kaluwalhatian ay magpakailanman at magpakailanman, at ang kanyang kapangyarihan hanggang sa lahat ng mga henerasyon. 3 at sa kaniya ay nananahan ang diwa ng karunungan, at ang espiritu na nagbibigay ng pananaw, At ang diwa ng pag-unawa at ng lakas, At ang diwa ng mga nakatulog sa katuwiran. 4 At hahatulan niya ang mga lihim na bagay, At walang makakapagsabi ng isang maling salita sa harap niya; sapagkat siya ang Pinili sa harap ng Panginoon ng mga Espiritu ayon sa Kanyang mabuting kasiyahan.

Bagong Nilalang

50 At sa mga araw na iyon ay magaganap ang pagbabago para sa mga banal at hinirang, At ang ilaw ng mga araw ay mananatili sa kanila, At ang kaluwalhatian at karangalan ay babalik sa banal, 2 Sa araw ng pagdurusa na kung saan ang kasamaan ay maiimbak laban sa mga makasalanan. At ang matuwid ay magtagumpay sa pangalan ng Panginoon ng mga Espiritu: At hahayaan Niyang masaksihan ito ng iba upang ang iba ay magsisi at iiwan ang mga gawa ng kanilang mga kamay. 3 Hindi sila magkakaroon ng karangalan sa pamamagitan ng pangalan ng Panginoon ng mga Espiritu, ngunit sa pamamagitan ng Kanyang pangalan ay maliligtas sila, At ang Panginoon ng mga Espiritu ay mahahabag sa kanila, Sapagkat ang Kanyang pagkahabag ay dakila at wagas. 4 At Siya ay matuwid din sa Kanyang paghatol, at sa presensya ng Kanyang kaluwalhatian ay hindi rin mapapanatili ang sarili: Sa Kanyang paghuhukom ang hindi nagsisisi ay mawawala sa harap Niya. 5 At mula ngayon ay hindi ako magkakaroon ng awa sa kanila, sabi ng Panginoon ng mga Espiritu.

Ibabalik Ng Sheol Ang Mga Namatay

51 At sa mga araw na iyon, ibabalik din ng lupa ang ipinagkatiwala rito, at ibabalik din ng Sheol ang natanggap na ito, At ang Hades ay ibabalik ang utang nito.

Ang Kaligtasan Ay Dumarating Na!

2 At pipiliin niya ang matuwid at banal sa gitna nila: Sapagka't ang araw ay nalalapit na upang sila ay maligtas.

Ang Dakilang Pinili Ay Nasa Trono Ng Diyos

3 At ang Pinili ay nakaupo sa trono ko, at ibubuhos ng kanyang bibig ang lahat ng mga lihim ng Karunungan at Payo: Sapagka't binigyan sila ng Panginoon ng mga Espiritu, at niluluwalhati siya. 4 At sa mga araw na yaon, ang mga bundok ay tatalon tulad ng mga tupa at ang mga burol ay laktawan tulad ng mga tupang na nasisiyahan sa gatas, at ang mga mukha ng lahat ng mga anghel sa langit ay magniningning sa galak. 5 Sapagka't sa mga araw na yaon, ang mga pinili ay babangon, at ang lupa ay magagalak, at ang matuwid ay tatahan doon, at ang mga hinirang ay lalakad doon.

Pangalawang Pamamalagi Ni Enok

52 At pagkatapos ng mga araw na iyon sa lugar na aking nakita ang lahat ng mga pangitain ng na nakatago—sapagkat ako ay dinala sa isang alimpulos at dinala nila ako patungo sa kanluran. 2 Diyan sa akin nakita ng mga mata ang lahat ng mga lihim na bagay ng langit na siyang magiging, isang bundok na bakal, at isang bundok ng tanso, at isang bundok na pilak, at isang bundok na ginto, at isang bundok ng malambot na metal, at bundok ng tingga. 3 At tinanong ko ang anghel na sumama sa akin, na sinasabi, Ano ang mga bagay na ito na aking nakita sa lihim?" 4 At sinabi niya sa akin: "Lahat ng mga bagay na ito na iyong nakita ay magsisilbi sa paghahari ng Kanya at pinahiran upang maaari siyang maging makapangyarihan at makapangyarihan sa mundo." 5 At ang anghel ng kapayapaan ay sumagot, na nagsasabi sa akin: "Maghintay ng kaunti, at doon ipahahayag sa iyo ang lahat ng mga lihim na bagay na pumapaligid sa Panginoon ng mga Espiritu. 6 Ang mga bundok na ito na nakita ng iyong mga mata, Ang bundok na bakal, at ang bundok ng tanso, at ang bundok ng pilak, At ang bundok na ginto, at ang bundok ng malambot na metal, at ang bundok ng tingga, Ang

lahat ng ito ay nasa piling ng mga pinilil tulad ng pagkit na nasa apoy, at tulad ng tubig na dumadaloy mula sa itaas sa mga bundok na iyon, at sila ay magiging walang kapangyarihan sa harap ng kanyang mga paa. 7 At mangyayari sa mga araw na iyon na walang maliligtas, alinman sa pamamagitan ng ginto o sa pilak, at walang makatakas. 8 At walang bakal para sa digmaan, Ni ang isang tao ay magsusuot ng sarili sa isang may dibdib. Ang metal ay walang serbisyo, at ang bakal ay di mapapakinabangan at hindi iginagalang, at ang tingga ay hindi nais. 9 At ang lahat ng mga bagay na ito ay tatanggihan at masisira mula sa ibabaw ng lupa, kapag ang Pinili ay lumataw na sa harap ng Panginoon ng mga Espiritu."

Lumilitaw Na Ang Kongregasyon Ng Mga Pinili

53 Narito, nakita ng aking mga mata ang isang malalim na libis na may bukas na bibig, at lahat ng nakatira sa lupa at ang dagat at isla ay magdadala sa kanya ng mga regalo at mahahalagaing bagay at mga simbolo ng paggalang, ngunit malalim iyon ang libis ay hindi magiging puno. 2 At ang kanilang mga kamay ay gumawa ng mga labag sa batas, at nilamon naman ng mga makasalanan ang lahat ng mga kanilang pinahihirapan: Gayon ma'y ang mga makasalanan ay mapapahamak sa harap ng Panginoon ng mga Espiritu, at sila ay palalayasin mula sa harap ng Kanyang nilikha, at sila ay mawawala magpakailanman. 3 Sapagkat nakita ko ang lahat ng mga anghel ng parusa na nananatili roon at naghahanda ng lahat ng mga instrumento ni Satanas. 4 At tinanong ko ang anghel ng kapayapaan na sumama sa akin: "Para kanino sila naghahanda ng mga instrumento?" 5 At sinabi niya sa akin: Inihanda nila ang mga ito para sa mga hari at makapangyarihan sa mundong ito, upang sa gayon ay mapahamak sila. 6 At pagkatapos nito, ang Matuwid at Pinili ay gagawa ng bahay ng kanyang kapisanan: mula ngayon ay wala nang makakahadlang sa Pangalan ng Panginoon ng

mga Espiritu. 7 Ang mga bundok na ito ay hindi tatayo bilang lupa sa harap ng kanyang katuwiran, nguni't ang mga burol ay parang bukal ng tubig, At ang matuwid ay mamamayapa na sa pang-aapi ng mga makasalanan. "

Ang Huling Paghuhukom

54 At tumingin ako at lumingon sa ibang bahagi ng lupa, at nakita ko roon ang isang malalim na libis nasusunog na apoy. 2 At dinala nila ang mga hari at ang makapangyarihan, at sinimulan silang itapon sa kalaliman na ito lambak. 3 At doon nakita ng aking mga mata kung paano nila ginawa ang kanilang mga instrumento, mga kadena ng bakal hindi mababawas na timbang. 4 At tinanong ko ang anghel ng kapayapaan na sumama sa akin, na sinasabi: "Para kanino inihahanda ba ang mga kadenang ito?"

Mga Pandaraya Sa Mga Nakatira Sa Daigdig

5 At sinabi niya sa akin: "Ang mga ito ay inihanda para sa mga kasama ni Asael, upang maaari silang dalhin at itapon sa kailaliman ng matinding paghihirap, at tatakpan nila ang kanilang panga na may mga magaspang na bato tulad ng iniutos ng Panginoon ng mga Espiritu.

6 At sina Miguel, at Gabriel, at si Raphael, at Phanuel ay hahawak sa kanila sa Dakilang araw na iyon, at itapon sila sa araw na iyon sa nagniningas na hurno, at ang Panginoon ng mga Espiritu ay hahatulan sila dahil sa kanilang kawalang-katarungan at pagiging sakop ni Satanas upang mailigaw ang mga naninirahan sa mundo.

7 At sa mga araw na iyon ay lahat ng mga parusa ng Panginoon ng mga Espiritu ay darating, at bubuksan niya ang lahat mga silid ng tubig na nasa itaas ng mga langit, at ng mga bukal na nasa ilalim ng lupa. 8 At ang lahat ng tubig ay sasama sa lahat ng tubig: ang nasa itaas ng langit ay panlalaki, at ang tubig na nasa ilalim ng lupa ay pambabae.

9 At kanilang lilipulin ang lahat na tumatahan sa mundo at ang mga tumatahan sa ilalim ng mga dulo ng Kalangitan. 10 At kapag naunawaan na nila ang kanilang kawalang-katarungan na kanilang ginawa sa mundo, at dito sila mapapahamak. "

Ang Huling Paghahatol Ay Apoy

55 At pagkatapos nito, ang Pinuno ng Kapanahunan ay nagsisi at sinabing: "Walang kabuluhan na nawasak Ko ang lahat na tumatahan sa mundo." 2 At siya ay nanumpa sa pamamagitan ng Kanyang Dakilang Pangalan: "Mula ngayon ay hindi ko na gagawin ito sa lahat na tumatahan sa lupa, at maglalagay ako ng isang tanda sa Langit: at ito ay magiging isang garantiya ng mabuting pakikipagtipan sa pagitan ko at sa kanila magpakailanman, hangga't ang langit ay nasa itaas ng lupa. At ito ay alinsunod sa Aking utos. 3 Kung nais Kong hawakan sila sa kamay ng mga anghel sa araw ng pagdurusa at sakit dahil dito, doon Ko ipagpapatuloy ang Aking parusa at ang aking poot sa mga ito, sabi ng Diyos, ang Panginoon ng mga Espiritu. 4 Kayong mga makapangyarihang hari na tumatahan sa lupa, kailangan ninyo ang Aking Pinili, kung paano Siya nakaupo sa trono ng kaluwalhatian at hinuhusgahan si Asael, at ang lahat ng kanyang mga kasama sa Pangalan ng Panginoon ng mga Espiritu. "
56 At nakita ko roon ang mga kasamahan ng mga anghel na nagpaparusa na pumunta, at may hawak silang mga panghampas at kadena ng bakal at tanso. 2 At tinanong ko ang anghel ng kapayapaan na sumama

sa akin, na nagsabi: "Para kanino ang mga ito na humahawak ng mga pagpaparusa? 3 At sinabi niya sa akin: Sa kanilang mga anak at mga minamahal, upang sila ay itapon sa hukay ng kailaliman ng isang madilim na libis. 4 Ngunit pagkatapos ang isang libis na iyon ay mapupuno ng kanilang mga anak at minamahal, at ang mga araw ng kanilang buhay ay magtatapos, at maging ang mga araw ng yaon ay hindi na mapapatid.

"Ang Mga Ligaw Na Anghel Ay Magbabalik!"

5 At sa mga araw na iyon ay babalik ang mga ligaw na anghel at ihahagis ang kanilang sarili sa silangan sa mga Parthian at Medes: Kanilang pupukawin ang mga hari, sa iisang diwa ng kaguluhan at pagkapoot ay darating sa kanila, at pupukawin sila mula sa kanilang mga trono, upang sila ay maghiwalay tulad ng mga leon mula sa kanilang mga lawa, at tulad ng mga gutom na lobo sa gitna ng kanilang mga kawan.

"Ang Lungsod Ng Aking Matuwid Ay Magiging Isang Hadlang"

6 At sila ay aakyat at yayapak sa ilalim ng lupa ng kanyang mga hinirang, at ang lupain ng Kanyang mga hinirang ay nasa harap nila na isang giikan at isang daanan; 7 Nguni't ang bayan ng aking matuwid ay magiging hadlang sa kanilang mga kabayo. At magsisimula silang makipaglaban sa kanilang sarili at maging sanhi ng pagkalito sa mga Kaaway at ang kanilang kanang kamay ay magiging malakas laban sa kanilang sarili, At ang isang tao ay hindi makikilala ang kanyang kapatid, Ni isang anak na lalaki o ang kanyang ina, Hanggang sa walang bilang ng mga bangkay sa pamamagitan ng kanilang pagpatay, At ang kanilang parusa ay hindi walang kabuluhan. 8 Sa mga araw na iyon ay magbubukas ang Sheol ng mga panga nito, at sila ay malulunok doon, at ang kanilang pagkawasak ay mawawalan na ng katapusan; Magdurusa sa Sheol ang mga makasalanan sa harap ng mga hinirang. " 57 At nangyari, pagkatapos nito, nakita ko ang isa pang pangkat ng mga karwahe, at mga taong nakasakay doon, at darating sa hangin mula sa silangan, at mula sa kanluran hanggang sa timog. 2 At ang ingay ng kanilang narinig ang mga bagon, at

nang maganap ang kaguluhan na ito na naganap ang mga banal mula sa langit, at ang mga haligi ng lupa ay inilipat mula sa kanilang lugar, at ang tunog nito ay narinig mula ang isang dulo ng langit hanggang sa isa pa, sa isang araw. 3 At silang lahat ay mahuhulog at sasamba sa Panginoon ng mga Espiritu. At ito ang katapusan ng pangalawang talinghaga.

Ang Ikatlong Propesiya

58 At sinimulan kong magsalita ng pangatlong Talinhaga tungkol sa matuwid at hinirang. 2 Pinagpala kayo, kayong matuwid at hinirang, sapagkat maluwalhati ang magiging sa iyo. 3 At ang matuwid ay nasa ilaw ng araw, at ang mga hinirang sa ilaw ng buhay na walang hanggan: Ang mga araw ng kanilang buhay ay walang hanggang, at ang mga araw ng banal na walang bilang. 4 At hahanapin nila ang ilaw at makahanap ng katuwiran sa Panginoon ng mga Espiritu: Magkakaroon ng kapayapaan sa mga matuwid sa Pangalan ng Panginoong Walang Hanggan. 5 At pagkatapos nito ay sasabihin sa mga banal sa langit Na hahanapin nila ang mga lihim ng Katuwiran, ang mana ng pananampalataya: sapagkat ito ay naging maliwanag na parang araw sa lupa, At ang kadiliman ay lumipas. 6 At magkakaroon ng isang ilaw na walang katapusan, at sa maraming araw ay hindi sila darating, sapagka't ang kadiliman ay unang nawasak, at ang ilaw ay naitatag sa harap ng Panginoon ng mga Espiritu at ang ilaw ng katuwiran na itinatag magpakailanman sa harap ng Panginoon ng mga Espiritu.

Ang Kalendaryo Ng Mundo

59 Sa mga araw na iyon ay nakita ng aking mga mata ang mga lihim ng mga kidlat, at ng mga ilaw, at mga paghatol na kanilang isinasagawa: at sila ay nagpapagaan para sa isang pagpapala o isang sumpa ayon sa Kalooban ng Panginoon ng mga Espiritu. 2 At doon ko nakita ang mga lihim ng kulog, at kung paano kapag nasa taas ito sa langit, ang tunog nito ay naririnig, at ipinakita niya sa akin ang mga paghatol na ipinataw sa mundo, maging para sa kapakanan at pagpapala, o para sa isang sumpa ayon sa salita ng Panginoon ng mga Espiritu. 3 At pagkatapos nito, ang lahat ng mga lihim ng mga ilaw at ilaw ay ipinakita sa akin, at lumiliyab sila pagpapala at para sa kasiya-siyang.

Kinumpleto Ni Noe Ang Aklat Ng Mga Talinhaga

60 Sa taong 500, sa ikapitong buwan, sa ika-labing apat na araw ng buwan sa buhay ni Enok. Sa Talinhawang iyon nakita ko kung paanong ang isang malakas na paglindol ang gumawa ng langit ng mga langit na lumindol, at ang kasamahan ng Kataastaasan, at ang mga anghel, laksa-laksang at sampung libong beses sampung libu-libo, ay naguluhan sa isang malaking kaguluhan. 2 At ang Panginoon ng mga kapanahunan ay nakaupo sa trono ng Kanyang kaluwalhatian, at ang mga anghel at ang matuwid ay tumayo sa paligid Niya. 3 At isang malaking panginginig ang sumakop sa akin, at ang matinding takot ay humawak sa akin, at bumulwak ito sa aking baywang, at natunaw ang aking mga labi, at nahiga ako. 4 At nagpadala si Miguel ng isa pang anghel mula sa mga banal at binuhay niya ako, at noong siya binuhay ako ng aking espiritu ay bumalik; sapagkat hindi ko nagawang tiisin ang hitsura ng host na ito, at ang kaguluhan at pag-lindol ng langit.

5 At sinabi sa akin ni Miguel: "Bakit ka nababagabag sa gayong pangitain? Hanggang sa araw na ito ay tumagal ng araw ng Kanyang awa; at Siya ay naging maawain at mahinahon sa mga naninirahan sa mundo.

6 At kapag ang araw, at ang kapangyarihan, at ang parusa, at ang paghuhukom ay dumating, na inihanda ng Panginoon ng mga Espiritu para sa mga hindi pumupuri sa matuwid na batas, at para sa mga tumatanggi sa matuwid na paghatol, at para sa mga taong gumagamit sa Kanyang pangalan nang walang kabuluhan - ang araw na iyon ay inihanda na, para sa mga hinirang ay isang tipan, ngunit para sa ang mga makasalanan ay isang matinding pagsisiyasat."

Pakikipag-Usap Ukol Sa Leviatan At Behemot

7 At nang araw na iyon ay nahati ang dalawang halimaw, isang babaeng halimaw na nagngangalang Leviatan, upang manirahan sa kalaliman ng karagatan sa mga bukal ng tubig. 8 Ngunit ang lalaki ay nagngangalang Behemot, na inookupahan ng kanyang dibdib ang isang magulong disyerto na nagngangalang Dudain, sa silangan ng hardin kung saan ang mga hinirang at matuwid ay tumatahan, kung saan kinuha ang aking lolo, ang ikapitong mula kay Adan, na siyang unang tao na nilikha ng Panginoon ng mga Espiritu. 9 Hiniling ko sa ibang anghel na dapat ipakita sa akin ang lakas ng mga halimaw na iyon, kung paano nahati ang mga ito sa isang araw at itinapon, ang isa sa kalaliman ng dagat, at ang isa hanggang sa tuyong lupain ng ilang. 10 At sinabi niya sa akin: Ikaw na anak ng tao, dito mo lamang mahahangad na malaman kung ano ang nakatagong lihim. 11 At ang isa pang anghel na sumama sa akin at nagpakita sa akin kung ano ang nakatago ay nagsabi sa akin ng una at huli sa langit sa taas, at sa ilalim ng lupa sa lalim, at sa mga dulo ng langit, at sa pundasyon ng langit. 12 At ang mga silid ng hangin, at paano ang mga hangin ay nahahati, at kung paano ito timbangin,

at kung paano binilang ang mga portal ng hangin, bawat isa ayon sa lakas ng hangin, at ang kapangyarihan ng mga ilaw ng buwan, at ayon sa kapangyarihan na umaangkop: at ang mga dibisyon ng mga bituin ayon sa kanilang mga pangalan, at kung paano nahahati ang lahat ng mga dibisyon. 13 At ang mga kulog ayon sa mga lugar na kanilang kinaroroonan mahulog, at ang lahat ng mga dibisyon na ginawa sa mga kidlat upang ito ay gumaan, at kanilang kasamahan na maaari nilang sundin kaagad. 14 Sapagkat ang kulog ay may mga lugar ng pahinga na itinalaga rito naghihintay ito para sa peal; at ang kulog at kidlat ay hindi mapaghihiwalay, at bagaman hindi isa at walang pinaghihiwalay, silang dalawa ay magkasama sa pamamagitan ng espiritu at hindi naghihiwalay. 15 Sapagkat kailan ang kidlat ay gumaan, ang kulog ay nagpapahayag ng tinig, at ang espiritu ay nagpapatupad ng pagtigil sa panahon ng pagtunog ng kampana, at naghahati nang pantay sa pagitan nila; sapagka't ang kaban ng kanilang mga kampana ay tulad ng buhangin, at ang bawat isa ng mga ito habang ang mga pagkalimbang ay gaganapin sa gamit pansakay sa kabayo, at bumalik sa pamamagitan ng kapangyarihan ng espiritu, at itulak pasulong ayon sa maraming mga tirahan ng mundo. 16 At ang espiritu ng dagat ay panlalaki at malakas, at alinsunod sa lakas ng kanyang lakas ibabalik ito gamit ang isang rehas, at sa paraang ito ay hinihimok pasulong at nagkakalat sa gitna ng lahat mga bundok ng mundo. 17 Ang espiritu ng hamog na nagyeyelo ay ang kanyang sariling anghel, at ang espiritu ng ulan ng ulan ay isang mabuting anghel. 18 Ang espiritu ng niyebe ay pinabayaan ang kanyang mga silid dahil sa kanyang lakas- May isang espesyal ang espiritu doon, at ang tumataas mula rito ay parang usok, at ang pangalan nito ay hamog na nagyelo. 19 Ang espiritu ng ambon ay hindi pinagsama sa kanila sa kanilang mga silid, ngunit mayroon itong isang espesyal na silid; para sa landas nito na maluwalhati kapwa sa ilaw at sa kadiliman, at sa taglamig at sa tag-araw, at sa silid nito ay may anghel. 20 At ang espiritu ng hamog ay nakatira sa mga dulo ng langit, at konektado kasama ang mga silid ng ulan, at ang takbo nito ay sa taglamig at tag-araw: at ang mga ulap at ang mga ulap ng ambon ay konektado, at ang isa ay nagbibigay sa isa pa. 21 At kapag ang espiritu ng ulan ay lumalabas mula sa silid nito, ang mga anghel ay bumukas at binuksan ang silid at pinatunguhan ito, at kapag ito ay nakakalat sa buong mundo ay nakikipag-isa ito sa tubig sa lupa. At kailan man nagkakaisa sa tubig sa lupa ... Sapagkat ang tubig ay para sa mga nakatira sa lupa; 22 upang sila'y ipakain sa lupa mula sa Kataastaasan na nasa langit: kaya't mayroong sukat para sa ulan, at ang mga anghel ang kumukuha nito. 23 At ang mga bagay na ito ay nakita ko patungo sa Halamanan ng Matuwid. 24 At ang anghel ng kapayapaan na kasama ko ay nagsabi sa akin: "Ang dalawang halimaw na ito, ay naghanda na umayon sa kadakilaan ng Diyos, upan sila'y magpakain ... 25 Kapag ang parusa ng Panginoon ng mga Espiritu mananatili sa kanila, ito ay magpapahinga upang ang parusa ng Panginoon ng mga Espiritu ay hindi darating, walang kabuluhan, at papatayin nito ang mga bata kasama ang kanilang mga ina at mga anak kasama ng kanilang mga ama. Pagkatapos nito, ang paghuhukom ay magaganap ayon sa Kanyang awa at Kanyang pagtitiyaga.

Ang Pagsukat Ng Paraiso

61 At nakita ko sa mga araw na iyon kung gaano katagal na ibinigay ang mga lubid sa mga anghel na iyon, at dinala sila kanilang mga pakpak at lumipad, at nagpunta sila sa hilaga. 2 At tinanong ko ang anghel, na sinasabi sa kanya: "Bakit kinuha ng mga anghel na ito ang mga lubid at umalis?" At sinabi niya sa akin: "Nagpunta sila upang masukat ito." 3 At ang anghel na sumama sa akin ay nagsabi sa akin: "Dadalhin nito ang mga hakbang ng matuwid, at ang mga lubid ng matuwid sa matuwid, na maaari silang manatili sa kanilang sarili sa pangalan ng Panginoon ng mga Espiritu magpakailanman. 4 Ang mga hinirang ay magsisimulang tumahan kasama ang mga hinirang, at iyon ang mga hakbang na dapat ibigay sa pananampalataya at alin ang magpapatibay ng katuwiran. 5 At ang mga hakbang na ito ay magbubunyag ng lahat ng mga lihim ng kalaliman ng lupa, at ang mga nawasak ng disyerto, at ang mga nilamon ng mga hayop, At ang mga nilamon ng mga isda ng dagat, na maaari silang bumalik at manatili sa kanilang sarili sa araw ng Kanyang Pinili; Sapagka't walang mawawasak sa harap ng Panginoon ng mga Espiritu, At walang maaaring masira kapag hindi Niya kalooban. 6 At ang lahat na tumatahan sa itaas sa langit ay tumanggap ng utos at kapangyarihan at iisang

tinig at isa ilaw tulad ng sa apoy. 7 At ang Isa sa kanilang mga unang salita ay pinagpala nila, At pinuri at pinuri ng karunungan, at sila ay matalino sa pananalita at sa espiritu ng buhay. 8 At inilagay ng Panginoon ng mga Espirito ang Pinili sa trono ng kaluwalhatian. At hahatulan niya ang lahat ng mga gawa ng banal sa itaas sa langit, At sa balanse ang timbang ng kanilang mga gawa ay timbangin.

9 At kapag siya ay magtaas ng kanyang mukha Upang hatulan ang kanilang mga lihim na paraan ayon sa salita ng pangalan ng Panginoon ng mga Espiritu, At ang kanilang landas alinsunod sa daan ng matuwid na paghuhukom ng Panginoon ng mga Espiritu, Pagkatapos silang lahat ay may isang tinig na mmagsasalita at magpalain, At niluluwalhati at pinalalaki at binalaan ang pangalan ng Panginoon ng mga Espiritu. 10 At ipatawag niya ang buong hukbo ng langit, at ang lahat ng mga banal sa itaas, at ang hukbo ni Ang Diyos, ang Kerubin, Seraphim at Ophanim, at lahat ng mga anghel ng kapangyarihan, at lahat ng mga anghel ng pamunuan,

11 At ang Pinili, at ang iba pang mga kapangyarihan sa lupa at sa ilalim ng tubig. Sa ang araw na iyon ay magtataas ng isang tinig, at pagpalain at luwalhatiin at luwalhatiin sa diwa ng pananampalataya, at sa espiritu ng karunungan, at sa diwa ng pasensya, at sa espiritu ng awa, at sa espiritu ng paghatol at kapayapaan, at sa diwa ng kabutihan, at lahat ay sasabihin ng isang tinig: 'Mapalad siya, at nawa'y ang pangalan ng Panginoon ng mga Espirito ay pagpalain magpakailanman'.

12 Ang lahat ng nilalang na hindi natutulog sa itaas sa langit ay magpapala sa kanya: Lahat ng mga banal na nasa langit ay pagpapalain Siya. At lahat ng mga hinirang na naninirahan sa hardin ng buhay: At ang bawat diwa ng ilaw na may kakayahang magpalain, at luwalhati, at pupurihan, at luwalhatiin ang Inyong pinagpalang pangalan, At lahat ng laman nito ay ang sukat ng Kaluwalhatian at pagpapala sa ang Inyong pangalan magpakailanman.

13 Sapagkat dakila ang awa ng Panginoon ng mga Espiritu, at Siya ay mahinahon, At lahat ng Kanyang mga gawa at lahat ng nilikha Niya ay Ipinapahayag niya sa matuwid at hinirang Sa pangalan ng Panginoon ng mga Espiritu."

Ang Pagpaparusa

62 At sa gayon ay iniutos ng Panginoon sa mga hari at makapangyarihan at ang mataas, at yaong manirahan sa mundo, at sinabi: "Buksan ang iyong mga mata at itaas ang iyong mga sungay kung magagawa niyong makilala ang Pinili." 2 At ang Panginoon ng mga Espiritu ay nakaupo sa trono ng Kanyang kaluwalhatian, at ang espiritu ng katuwiran ay ibinuhos sa kanya, at ang salita ng kanyang bibig ay pumapatay sa lahat ng mga makasalanan, at lahat ng mga di-matuwid ay mawawasak mula sa harap ng kanyang mukha. 3 At tatayo sa araw na iyon ang lahat ng mga hari at ang makapangyarihan, at ang mataas at ang mga may hawak ng lupa, at makikita nila at makikilala paano siya nakaupo sa trono ng kanyang kaluwalhatian, at ang katuwiran ay hinatulan sa harap niya, at walang sinungaling ang makakapagsalita sa harap Niya. 4 At ang sakit ay darating sa kanila na gaya ng sa isang babae na nagdaramdam, at siya ay may sakit sa hirap sa pananganak kapag ang kanyang anak ay pumapasok na sa bukana ng sinapupunan, at ang pighati ay lalong hihigit. 5 At ang isang bahagi ng mga ito ay titingnan sa isa pa, at sila ay lubos na matatakot, at sila ay mapapahiya at masasaktan sia sakit, kapag nakita nila ang Anak ng Tao na nakaupo sa trono ng Kanyang Kaluwalhatian. 6 At ang mga

hari at ang makapangyarihan at ang lahat na nagmamay-ari ng lupa ay pagpapalain at luwalhatiin at papupurihan Siya na namamahala sa lahat, na nakatago. 7 Sapagkat mula pa sa pasimula ang Anak ng Tao ay nakatago, at pinanatili Siya ng Kataastaasan sa piling ng Kanyang lakas, At ipinahayag Siya sa mga hinirang.

Ang Kongregasyon Ng Matuwid

8 At ang Kongregasyon ng mga hinirang at banal ay itatanim. At ang lahat ng hinirang ay tatayo sa harap niya sa araw na iyon. 9 At ang lahat ng mga hari at ang makapangyarihan at ang mataas at ang mga namamahala sa mundo ay Mahuhulog sa harap niya sa kanilang mga mukha, At sambahin at itaguyod ang kanilang pag-asa sa Anak ng Tao, at pakiusap sa kanya at humingi ng awa sa kanyang mga kamay. 10 Ngayon gayunpaman ang Panginoon ng mga Espiritu ay pipilitin sila na madali silang makalabas mula sa Kanyang harapan, at ang kanilang mga mukha ay mapupuno ng kahihiyan, at lumalim ang kadiliman sa kanilang mga mukha. 11 At ibibigay niya sila sa mga anghel upang parusahan, Upang maisagawa ang paghihiganti sa kanila sapagkat pinahirapan nila ang Kanyang mga anak at Kanyang mga hinirang 12 At sila ay magiging isang paningin sa mga matuwid at para sa kanyang mga hinirang: Sila ay magagalak sa kanila, Sapagkat ang poot ng Panginoon ng mga Espiritu ay nakasalalay sa kanila, At ang Kanyang tabak ay lasing sa kanilang dugo. 13 At ang matuwid at hinirang ay maliligtas sa araw na iyon, At hindi na nila makikita mula roon ang mukha ng mga

makasalanan at hindi matuwid. 14 At ang Panginoon ng mga Espiritu ay mananatili sa kanila, at sa Anak ng Tao ay kakain sila At humiga ka at tumindig magpakailanman. 15 At ang matuwid at mga hinirang ay bumabangon mula sa lupa, at tumigil na sa kanilang nakaraang kapaitan.

Mga Palamuti Ng Kaluwalhatian

At sila ay bihisan ng mga damit ng kaluwalhatian, 16 At ito ang magiging kasuutan ng buhay mula sa Panginoon ng mga Espiritu: At ang iyong mga kasuotan ay hindi matanda, Ni ang iyong kaluwalhatian ay mawawala sa harap ng Panginoon ng mga Espiritu.

Bawat Tuhod Ay Luluhod Sa Panginoon

63 Sa mga araw na iyon ay hihilingin sa kanya ng makapangyarihan at ng mga hari na nagtataglay ng lupa sila ng kaunting pahinga mula sa Kanyang mga anghel ng kaparusahan kung kanino sila nailigtas, na sila maaaring mahulog at sumamba sa harap ng Panginoon ng mga Espiritu, at ipagtapat ang kanilang mga kasalanan sa harap Niya. 2 At sila ay pagpalain at luwalhatiin ang Panginoon ng mga Espiritu, at sabihin: "Mapalad ang Panginoon ng mga Espiritu at ang Panginoon ng mga hari, at ang Panginoon ng makapangyarihan at ang Panginoon ng mayaman, at ang Panginoon ng kaluwalhatian at ang Panginoon ng karunungan, 3 At ang kagilagilalas sa bawat lihim na bagay ay ang Inyong kapangyarihan mula sa salinlahi't salinlahi, at ang Iyong kaluwalhatian magpakailanman: Malalim ang lahat ng Iyong mga lihim at hindi ito mabilang, at ang Inyong katuwiran ay hindi nabibilang. 4 Nalaman na namin ngayon na dapat nating luwalhati at pagpalain ang Panginoon ng mga Hari at Siya na Hari sa lahat ng mga hari." 5 At sasabihin nila: "Gusto ba nating magkaroon ng pahinga upang maluwalti at mapasalamatan at mapagtapat ang aming pananampalataya sa harap ng

Kanyang kaluwalhatian! 6 At ngayon ay nagnanais kami ng kaunting pahinga ngunit hindi natin ito nasumpungan: Sinusunod namin nang husto at hindi natin ito nakuha: At ang ilaw ay nawala sa harap namin, At ang kadiliman ay aming tirahan magpakailan man: 7 Sapagka't hindi tayo naniwala sa harap niya Ni niluwalhati ang pangalan ng Panginoon ng mga Espiritu, ni niluwalhati ang ating Panginoon ngunit ang aming pag-asa ay nasa nakalagay sa aming kaharian, at sa ating kaluwalhatian. 8 At sa araw ng ating pagdurusa at pagdurusa ay hindi niya tayo nililigtas, At wala kaming makitang pahinga para sa pagtatapat Na ang ating Panginoon ay totoo sa lahat ng Kanyang mga gawa, at sa Kanyang mga paghuhukom at Kanyang katarungan, At ang Kanyang mga paghatol ay walang paggalang sa mga tao. 9 At kami ay umalis sa harap ng Kanyang mukha dahil sa aming mga gawa, At lahat ng ating mga kasalanan ay binilang sa katuwiran." 10 Ngayon sasabihin nila sa kanilang sarili: "Ang aming mga kaluluwa ay puno ng di-matuwid na pakinabang, ngunit hindi pigilan mo kaming bumaba mula sa gitna nito ay ang pasanin ng Sheol." 11 At pagkatapos nito ay mapupuno ang kadiliman ng kanilang mga mukha at nahihiya sa harap ng Anak ng Tao, At sila ay itaboy mula sa kanyang harapan, At ang tabak ay mananatili sa harap ng kanyang mukha sa gitna nila. 12 Ito ang nagsalita sa Panginoon ng mga Espiritu: "Ito ang ordenansa at paghatol hinggil sa makapangyarihan at ang mga hari at ang mataas at ang mga nagmamay-ari ng lupa sa harap ng Panginoon ni Mga Espiritu." 64

At iba pang porma na nakita kong nakatago sa lugar na iyon. 2 Narinig ko ang tinig ng anghel na nagsasabi: "Ito ay ang mga anghel na bumaba sa mundo, at inihayag kung ano ang nakatago sa mga anak ni kalalakihan at hinihikayat ang mga anak ng mga tao na gumawa ng kasalanan. "

Nakipag-Usap Si Noe Kay Enok

65 At sa mga araw na iyon ay nakita ni Noe ang lupa na bumagsak at nalalapit na ang pagkawasak nito. 2 At siya ay bumangon mula roon at napunta sa mga dulo ng lupa, at sumigaw ng malakas sa kanyang ninuno na si Enok: at tatlong beses na sinabi ni Noe na may masamang tinig: "Pakinggan mo ako, pakinggan mo ako, pakinggan mo ako!" 3 At sinabi ko sa kanya: Sabihin mo sa akin kung ano ang bumabagsak sa lupa na may dalang masasamang kalagayan at ang pagyanig, baka mawala ako kasama nito?" 4 At doon nagkaroon ng malaking kaguluhan sa lupa, at isang tinig ang narinig mula sa langit, at nahiga ako. 5 At si Enok na aking lolo ay dumating at tumayo sa tabi ko, at sinabi sa akin: "Bakit ka sumigaw? Sa akin na may isang mapait na sigaw at pag-iyak? 6 At isang utos ay lumabas mula sa harapan ng Panginoon tungkol sa mga naninirahan sa mundo na ang kanilang pagkawasak ay nagawa dahil natutunan nila ang lahat ng mga lihim ng mga anghel, at lahat ng karahasan ng mga kampon ni Satanas, at lahat ng kanilang mga kapangyarihang pinaka-lihim at lahat ng kapangyarihan ng mga nagpapasasa, at ang kapangyarihan ng pangkukulam, at ang kapangyarihan

ng mga gumawa ng mga larawang tinunaw para sa buong mundo: 7 At paano ang pilak ay ginawa mula sa alikabok ng lupa, at kung paano nagmula ang malambot na metal sa lupa. 8 Para ang tingga at lata ay hindi ginawa mula sa lupa tulad ng una: ito ay isang bukal na gumagawa ng mga ito, at ang isang anghel ay nakatayo roon, at ang anghel na iyon ay pinakahusay." 9 At pagkatapos nito ay hinawakan ako ng aking lolo na si Enok sa aking kamay at binuhay ako, at sinabi sa akin: "Humayo ka, sapagkat hiniling ko sa Panginoon ng mga Espirito ang patungkol sa kaguluhan sa mundo.

10 At sinabi niya sa akin: 'Dahil sa kanilang kawalang-katarungan ang naging paghuhukom na tinutukoy ko ay hindi dapat mapipigil magpakailanman. Dahil sa mga pagkukulam na kung saan sila naghanap at natutunan, ang lupa at ang mga nakatira dito ay masisira.' 11 "At dito wala silang lugar ng pagsisisi magpakailanman, sapagkat ipinakita nila sa kanila kung ano ay nakatago, at sila ay sinumpa: datapuwa't tungkol sa iyo, anak ko, ang Panginoon ng mga Espiritu ay dadalisayin ka, at walang kasalanan sa anumang patungkol sa mga masasamang lihim.

12 "At tinukoy niya ang iyong pangalan upang maging kabilang sa mga banal, At iingatan ka sa gitna ng mga nakatira sa lupa, At tinukoy ang iyong matuwid na binhi kapwa para sa kaharian at para sa mga dakilang karangalan, At mula sa iyong binhi ay magtatayo ng isang bukal ng matuwid at banal na walang bilang kailanman."

66 At pagkatapos nito ay ipinakita niya sa akin ang mga anghel na nagpaparusa na handa nang dumating at hayaang maluwag ang lahat ng mga kapangyarihan ng tubig na nasa ilalim ng lupa upang ito'y magdala ng paghatol at pagkawasak sa lahat ng nananahan at naninirahan sa mundo. 2 Ang ibinigay ng Panginoon ng mga Espiritu ang utos sa mga anghel na lumalabas, na hindi nila dapat pataasin ang tubig ngunit dapat hawakan ang mga ito at bantayan; sapagka't ang mga anghel na ito ay may kapangyarihan sa tubig. 3 At umalis ako sa harapan ng aking ninuno.

Ang Paghuhukom Sa Araw Ni Noe

67 At sa mga araw na iyon ang salita ng Diyos ay dumating sa akin, at sinabi niya sa akin: "Si Noe, ang iyong kapalaran ay nagkita sa harap Ko, marami nang walang pagsisisi, maraming pag-ibig at katuwiran. 2 "At ngayon ang mga anghel ay gumagawa ng isang kahoy na gusali, at kapag nakumpleto na nila ang gawaing iyon ilalagay ko ang Aking kamay at mapangalagaan ito, at lalabas doon ang binhi ng buhay, at isang pagbabago ay dapat itakda upang ang mundo ay hindi mananatili nang walang naninirahan. 3 At gagawa ako bilisan mo ang iyong binhi sa harap ko magpakailan man, at ikakalat ko ang mga tumatahan sa iyo: hindi ito magiging bunga sa ibabaw ng lupa, ngunit ito ay pagpapalain at dumami sa mundo sa Pangalan ng Panginoon." 4 At ibilanggo niya ang mga anghel na nagpakita ng kawalang-katarungan, sa nasusunog na libis na iyon na ipinakita sa akin ng aking lolo na si Enok sa kanluran kasama ng mga bundok ng ginto at pilak at bakal at malambot na metal at lata. 5 At nakita ko ang libis na kung saan mayroong isang mahusay kombulsyon at isang kombulsyon ng mga tubig. 6 At nang mangyari ang lahat ng ito, mula sa nagniningas na tinunaw ang

metal at mula sa kumbinsido doon sa lugar na iyon, nagkaroon ng amoy ng asupre, at ito ay konektado sa mga tubig na iyon, at ang lambak ng mga anghel na nagpaligaw sa sangkatauhan sinunog sa ilalim ng lupaing iyon. 7 At sa pamamagitan ng mga libis nito ay dumadaloy ang mga ilog ng apoy, kung saan ang mga anghel na ito ay parusahan na pumangit sa mga naninirahan sa mundo. 8 Ngunit ang mga tubig na yaon ay magsisilbi para sa mga hari at makapangyarihan at mataas, at yaong mga nakatira sa lupa, para sa pagpapagaling ng katawan, ngunit para sa parusa ng espiritu; ngayon ang kanilang espiritu ay puno ng pagnanasa, upang sila ay maparusahan sa kanilang katawan, sapagkat tinanggihan nila ang Panginoon ng mga Espiritu at nakikita ang kanilang parusa araw-araw, ngunit hindi naniniwala sa Kanyang pangalan.

9 At sa proporsyon habang ang pagkasunog ng kanilang mga katawan ay nagiging malubha, dapat na gawin ang kaukulang pagbabago sa lugar sa kanilang espiritu magpakailanman; sapagka't sa harap ng Panginoon ng mga Espiritu ay walang magsasalita ng isang walang imik na salita. 10 Sapagkat ang paghatol ay darating sa kanila, sapagka't naniniwala sila sa kahalayan ng kanilang katawan at tanggihan ang Espiritu ng Panginoon. 11 Ang mga parehong tubig ay magbabago sa mga panahong iyon; para kapag ang mga anghel ay pinarusahan sa mga tubig na ito, ang mga bukal na tubig na ito ay magbabago ng kanilang temperatura, at kung kailan umakyat ang mga anghel,

ang tubig ng bukal na ito ay magbabago at magiging sipon.

12 At narinig kong sumagot si Miguel at sinabi: "Ang paghatol na ito na hinuhusgahan ng mga anghel ay isang patotoo para sa mga hari at makapangyarihang nagtataglay ng lupa. 13 Sapagkat ang mga tubig na ito ng ministro ng paghuhukom sa pagpapagaling ng katawan ng mga hari at ang pagnanasa ng kanilang katawan; samakatuwid hindi nila makikita at hindi naniniwala na ang mga tubig na iyon ay magbabago at maging isang apoy na kung saan nasusunog magpakailanman."

Ang "Aklat Ng Mga Talinhaga" Ni Enok

68 At pagkatapos nito ay binigyan ako ng aking lolo na si Enok ng pagtuturo ng lahat ng mga misteryo sa aklat na ang mga talinghaga na ibinigay sa kanya, at pinagsama niya ang mga ito sa mga salita ng Aklat ng mga talinghaga. 2 At sa araw na iyon sumagot si Miguel kay Raphael at sinabing: "Ang kapangyarihan ng espiritu ay lumilipas at ako'y napanginig nito dahil sa lubha ng paghuhukom na darating mula sa mga propesiyang ito: ang paghatol sa mga anghel: hanggang kailan sila makatitiis sa matinding paghatol na isinagawa, at pagkatapos nito matutunaw nga ba sila?" 3 At sumagot ulit si Miguel, at sinabi kay Raphael: "Sino ba itong nilalang na ito na hindi pinalambot ang puso, at kaninong ang mga batong ito na hindi nababagabag sa salita ng mga paghatol na lumabas sa kanila dahil sa mga tulad nila na pinalayas?" 4 At ito nga ay nangyari na, nang siya ay tumayo sa harap ng Panginoon ng mga Espiritu, sinabi ni Miguel kay Raphael: "Ako ay hindi kukuha ng kanilang bahagi sa ilalim ng mata ng Panginoon; sapagka't ang Panginoon ng mga Espiritu ay nagalit sa mga ito dahil ginagawa nila na parang sila ang panginoon. 5 Kaya't lahat na nakatago ay darating sa

mga ito magpakailanman; Sapagka't walang anghel o tao ang magkakaroon ng bahagi nito, kundi sila lamang na tumanggap ang kanilang paghuhukom magpakailanman."

Talaan Ng Mga Kasalanan Ng Mga Anghel

69 At pagkatapos ng paghuhusga na ito ay aatakihin nila at gagawin silang manginig dahil mayroon sila ipinakita ito sa mga nakatira sa mundo. 2 At narito ang mga pangalan ng mga anghel at ito ang kanilang mga pangalan: ang una sa kanila ay Semjaza, ang pangalawang Artaqifa, at pangatlong Armen, ang pang-apat na Kokabel, ang ikalimang Turael, ang pang-anim na Rumjal, ang ikapitong Danjal, ang ikawalong Neqael, ang ikasiyam na Baraqel, ang ikasampung Asael, ang labing-isang Armaros, ang ikalabindalawa na si Batarjal, ang ikalabing-apat na Busasejal, ang ikalabing-apat na Hananel, labinlimang Turel, at ang ikalabing anim na Simapesiel, ang ikalabing siyam na Jetrel, ang ikalabing walong Tumael, ang ikalabing siyam na Turel, ang ikadalawampu ni Rumael, ang dalawampu't unang Asael. 3 Ito ang mga pinuno ng kanilang mga anghel at ang kanilang mga pangalan, at ang kanilang mga pinuno sa daang daan at higit sa limampu't higit sa sampu. 4 Ang pangalan ng unang Jeqon: iyon ay, na pumangit sa lahat ng mga anak ng Diyos, at nagdala sila ay bumaba sa lupa, at pinatnubay sila sa mga anak na babae ng mga tao. 5 At ang pangalawa ay

nagngangalang Asbeel: ipinagbigay niya sa mga banal na anak ng Diyos ang masamang payo, at pinamunuan naligaw sila kaya't kanilang dinungisan ang kanilang mga katawan sa mga anak na babae ng mga tao. 6 Ang pangatlo ay pinangalanang Gadreel: siya ang nagpakita sa mga anak ng tao ng lahat ng mga suntok ng ang kamatayan, at pinaslang niya si Eba, at ipinakita ang mga sandata ng kamatayan sa mga anak ng tao ang kalasag at ang baluti, at ang tabak para sa labanan, at ang lahat ng sandata ng kamatayan sa mga anak ng mga kalalakihan. 7 At mula sa kanyang kamay ay nagpatuloy sila laban sa mga tumatahan sa lupa mula roon araw at magpakailanman. 8 At ang ikaapat ay pinangalanang Penemue: itinuro niya sa mga anak ng mga tao ang mapait at matamis, at itinuro niya sa kanila ang lahat ng mga lihim ng kanilang karunungan. 9 At inutusan niya ang sangkatauhan sa pagsulat kasama tinta at papel, at sa gayon marami ang nagkasala mula sa kawalang-hanggan hanggang sa kawalang-hanggan at hanggang sa araw na ito. 10 Para sa mga kalalakihan ay hindi nilikha para sa gayong layunin, upang magbigay ng kumpirmasyon sa kanilang mabuting pananampalataya na may panulat at tinta. 11Sapagkat ang mga tao ay nilikha na katulad ng mga anghel, sa layunin na magpatuloy silang dalisay at matuwid, at kamatayan, na sumisira sa lahat, hindi maaaring mahawakan sila, ngunit sa pamamagitan ng kanilang kaalaman na sila ay namamatay, at sa pamamagitan ng kapangyarihang ito ay naubos ako.

Itinuro Ng Mga Tagabantay Ang Aborsyon

12 Ang ikalima ay pinangalanan Kasdeja: ito ang nagpakita sa mga anak ng tao ng lahat ng masama mga smitings ng mga espiritu at demonyo, at ang mga smitings ng embryo sa sinapupunan, upang maipasa ito ang layo, at ang mga smitings ng kaluluwa ang kagat ng ahas, at ang mga panuklaw na mangyayari sa pamamagitan ng init ng tanghali, ang anak ng ahas na nagngangalang Tabaet. 13 At ito ang gawain ni Kasbeel, ang pinuno ng panunumpa na ipinakita niya sa mga banal kung kailan siya ay naniraban nang mataas sa kaluwalhatian, at ang pangalan nito ay Biqa. 14 Hiningi ng anghel na ito kay Miguel na ipakita sa kanya ang nakatagong pangalan, na maaari niyang ibigay ito sa panunumpa, upang ang mga iyon ay maaaring lumindol bago iyon pangalan at panunumpa na nagpahayag ng lahat ng lihim sa mga anak ng tao. 15 At ito ang kapangyarihan ng panunumpa na ito, sapagkat ito ay malakas at malakas, at inilagay niya ang panunumpa na ito na si Akae sa kamay ni Miguel. 16 At ito ang mga lihim ng sumpa na ito ... At sila ay malakas sa pamamagitan ng kanyang sumpa: At ang langit ay nasuspinde bago nilikha ang mundo, At magpakailanman.17 At sa pamamagitan nito ang lupa

ay itinatag sa tubig, At mula sa mga lihim na pag-urong ng mga bundok ay nagmumula ng magagandang tubig, Mula sa paglikha ng mundo at hanggang sa kawalang- hanggan. 18 At sa pamamagitan ng panunumpa na ito ay nilikha ang dagat, At bilang pundasyon ay inilagay niya para sa kanya ang buhangin laban sa oras ng galit nito, At hindi ito nangahas na lumampas sa ito mula sa paglikha ng mundo hanggang sa kawalang-hanggan. 19 At sa pamamagitan ng panunumpa na ito ay nalalim ang kalaliman, At manatili at huwag pukawin mula sa kanilang lugar mula sa kawalang-hanggan hanggang sa kawalang-hanggan. 20 At sa pamamagitan ng panunumpa na ito ay natapos ang araw at buwan, At lumihis sa kanilang ordenansa mula sa kawalang-hanggan hanggang sa kawalang- hanggan.

Ang Apat Na Hangin

21 At sa pamamagitan ng panunumpa na ito ay natapos ng mga bituin ang kanilang landas, At tinawag Niya sila sa kanilang mga pangalan, At sinasagot nila Siya mula sa kawalang-hanggan hanggang sa walang hanggan. 22 At sa gayong paraan ang mga espiritu ng tubig, at ng mga hangin, at ng lahat ng mga zephyr, at kanilang mga landas mula sa lahat ng mga sulok ng hangin. 23 At may napanatili ang mga tinig ng kulog at ang ilaw ng mga kidlat: at napanatili ang mga silid ng granizo at ang mga silid ng hamon na hamog na nagyelo, at ang mga silid ng kabog, at ang mga silid ng ulan at ang hamog. 24 At lahat ng ito ay naniniwala at nagpapasalamat sa Panginoon ng mga Espiritu, at niluluwalhati Siya kasama lahat ng kanilang kapangyarihan, at ang kanilangmga pagkain ay umabot sa bawat kilos ng pasasalamat: nagpapasalamat sila at niluluwalhati at itinataas ang pangalan ng Panginoon ng mga Espiritu magpakailanman. 25 At ang panunumpa na ito ay malakas sa kanila, At sa pamamagitan nito ay napapanatili sila at ang kanilang mga landas ay napanatili, At ang kanilang landas ay hindi nawasak.

Ang Anak Ng Tao At Ang Maluwalhating Trono

26 At nagkaroon ng malaking kagalakan sa kanila, At sila ay pinagpala at niluwalhati at pinuri Sapagkat ang pangalan ng Anak ng Tao ay ipinahayag sa kanila. 27 At siya ay nakaupo sa trono ng kanyang kaluwalhatian, At ang kabuuan ng paghatol ay ibinigay sa Anak ng Tao, At pinauwi niya ang mga makasalanan at nilipol mula sa ibabaw ng lupa, At yaong mga nangungulila sa mundo. 28 Ang mga kadena ay mahigpit, At sa kanilang pagtitipong lugar ng pagkawasak ay mabilanggo sila, At ang lahat ng kanilang mga gawa ay nawala mula sa ibabaw ng lupa. 29 At mula ngayon ay hindi magkakaroon ng madidilim; Sapagkat ang Anak ng Tao ay lumitaw, At nakaupo sa trono ng kanyang kaluwalhatian, At lahat ng kasamaan ay lilipas sa harap ng kanyang harapan, At ang salita ng Anak ng Tao ay lalabas At maging malakas sa harap ng Panginoon ng mga Espiritu. Ito ang pangatlong Talinhaga ni Enok.

Kinuha Muli Si Enok!

70 At ito ay nangyari na pagkatapos nito na ang kanyang pangalan sa kanyang buhay ay itinaas sa itaas ng Anak na iyon ng Tao at sa Panginoon ng mga Espiritu mula sa gitna ng mga nakatira sa mundo. 2 At siya itinaas sa itaas ang mga karo ng mga espiritu at ang kanyang pangalan ay nawala sa gitna nila. 3 At mula sa araw na iyon hindi na ako nabilang sa gitna nila: at inilagay niya ako sa pagitan ng dalawang hangin, sa pagitan ng Hilaga at Kanluran, kung saan kinuha ng mga anghel ang mga gapos upang masukat para sa akin ang lugar para sa mga hinirang at matuwid. 4 At doon ko nakita ang mga unang kong mga magulang at ang mga matuwid na mula noong una ay nakatira sa lugar na iyon.

Si Noe Ay Bumisita Sa Langit

71 At ito ay nangyari na pagkatapos nito na ang aking espiritu ay isinalin At umakyat sa langit: At nakita ko ang mga banal na anak ng Diyos. Naglalakad sila sa mga siga ng apoy: Ang kanilang mga kasuotan ay puti at ang kanilang mga damit, At ang kanilang mga mukha ay nagliliyab tulad ng niyebe. 2 At nakita ko ang dalawang agos ng apoy, At ang ilaw ng apoy na iyon ay lumiwanag tulad ng hyacintha, At ako ay lumuluhod sa harapan ng Panginoon ng mga Espiritu. 3 At si Arkanghel Miguel ay humuli sa akin sa aking kanang kamay, At itinaas ako at dinala ako sa lahat ng mga lihim, At ipinakita niya sa akin ang lahat ng mga lihim ng katuwiran. 4 At ipinakita niya sa akin ang lahat ng mga lihim ng mga dulo ng langit, At ang lahat ng mga silid ng lahat ng mga bituin, at ang lahat ng mga ilaw, Kung saan sila nagpapatuloy sa harap ng mga banal.

Nakita Ni Noe Ang Nakita Ni Enok

5 At isinalin niya ang aking espiritu upang mamalagi sa langit ng mga langit, At nakita ko doon bilang isang istraktura na itinayo ng mga kristal, At sa pagitan ng mga kristal na wika ng buhay na apoy. 6 At nakita ng aking espiritu ang pamigkis na nagbubuklod ng bahay na apoy, At sa apat na panig nito ay ang mga sapa na puno ng apoy na buhay, At sinuot nila ang bahay na iyon. 7 At sa palibot ay Seraphim, Kerubin, at Ophanim: At ito ang mga hindi natutulog at binanbantayan ang trono ng Kanyang kaluwalhatian. 8 At nakita ko ang mga anghel na hindi mabilang, Isang libong libo, at sampung libong beses sampung libo, Pinalilibutan ang bahay na iyon. 9 At sila ay lumabas mula sa bahay na iyon, sina Miguel at Gabriel, Raphael at Phanuel, At maraming banal na anghel na walang bilang. 10 At kasama nila ang Pinuno ng Kaliwanagan, Maputi ang ulo Niya at purong parang lana, At ang Kanyang damit ay hindi mailalarawan. 11 At ako ay nahiga sa aking mukha, at ang aking buong katawan nalundo at nabuwal, at ang aking espiritu ay nabago; at sumigaw ako ng malakas na tinig,... sa espiritu ng kapangyarihan, At pinagpala at niluwalhati at pinuri. 12 Ang mga pagpapala na lumabas mula sa

aking bibig ay lubos na nakalulugod sa harapan ng Pinuno ng Kaliwanagan. 13 Ang Haring Araw ng mga araw ay kasama sina Miguel at Gabriel, Raphael at Phanuel, libu-libo at sampung libong mga anghel na walang bilang. Nawala ang daanan kung saan ang Anak ng Inilarawan ang tao na kasama ang Pinuno ng mga Kaliwanagan, at tinanong ni Enok ang isa sa mga anghel.

Ang Anak Ng Tao At Ang Katuwiran

14 At lumapit siya sa akin at binati ako ng Kanyang tinig, at sinabi sa akin: "Ito ang Anak ng Tao na ipinanganak sa katuwiran, At ang katuwiran ay nananatili sa kanya, At ang katuwiran ng Ulo ng mga Araw ay hindi siya pinabayaan." 15 At sinabi niya sa akin: "Ipinapahayag niya sa iyo ang kapayapaan sa pangalan ng sanlibutan na darating. Sapagkat mula rito ay nagpatuloy ng kapayapaan mula nang likhain ang mundo, At gayon magiging sa iyo magpakailanman."

Walang Maghihiwalay Sa Amin

16 At ang lahat ay lalalakad sa kanyang mga daan dahil ang katuwiran ay hindi siya pinabayaan: Sa kaniya ay magiging kanilang mga tahanang dako, at kasama niya ang kanilang mana, At hindi sila mahihiwalay sa kaniya magpakailanman at magpakailanman. 17 At sa gayon ay magkakaroon ng haba ng mga araw sa Anak ng Tao, At ang matuwid ay magkakaroon ng kapayapaan at isang matuwid na daan Sa pangalan ng Panginoon ng mga espiritu magpakailanman."

Ang Libro ng Kalendaryo

Ang Oras Mula Ngayon Hanggang Sa Bagong Paglikha

72 Ang aklat ng mga kurso ng langit, ang mga ugnayan ng bawat isa, ayon sa kanilang mga klase, ang kanilang pamamahala at kanilang mga panahon, alinsunod sa kanilang mga pangalan at lugar ng pinagmulan, at alinsunod sa kanilang mga buwan, si Uriel, ang banal na anghel, na kasama ko, na kanilang gabay, ipinakita ninyo sa akin; at ipinakita niya sa akin ang lahat ng kanilang batas nang eksakto tulad nila, at kung paano ito itinuturing sa lahat ng taon ng daigdig at hanggang sa kawalang-hanggan, hanggang sa maisagawa ang bagong paglikha na tumatagal hanggang sa kawalang-hanggan.

Ang Mga Portal Ng Araw

2 At ito ang unang batas ng mga ilaw: ang ilaw ng Araw ay sumisikat sa silangan mga portal ng langit, at ang lugar nito ay sa mga kanluraning portal ng langit. 3 At nakita ko ang anim na mga portal kung saan sumisikat ang araw, at anim na mga portal kung saan lumulubog ang araw: at ang buwan ay sumisikat at lumalagay sa mga portal na ito, at ang mga pinuno ng mga bituin at ang kanilang pinangungunahan: anim sa silangan at anim sa kanluran, at lahat ay sumusunod sa bawat isa sa tumpak na naaayon pagkakasunud-sunod: marami ring mga bintana sa kanan at kaliwa ng mga portal na ito. 4 At una ay lumabas ang dakilang ilaw, na pinangalanang Araw, at ang kanyang bilog ay katulad ng paligid ng langit, at siya ay napuno ng nagniningning at nag-iinit na apoy. 5 Ang karwahe kung saan siya umakyat, ang hangin ay nagdadala, at ang araw ay lumulubog mula sa langit at bumalik sa hilaga upang maabot ang silangan, at napapatnubayan na makarating siya doon portal at nagniningning sa mukha ng langit. 6 Sa ganitong paraan siya ay tumataas sa unang buwan sa mahusay portal, na kung saan ay ang pang-apat na anim na portal sa silangan. 7 At sa pang-apat na portal na iyon mula sa kung saan ang araw ay sumisikat sa unang buwan ay labindalawang bintana na bukas, na kung saan ay

nagpapatuloy ng isang apoy kapag sila ay binuksan sa kanilang panahon. 8 Kapag ang araw ay sumisikat sa langit, siya ay lumabas sa pamamagitan nito ika-apat na portal ng tatlumpung umaga nang magkakasunod, at nagtatakda ng tumpak sa ika-apat na portal sa kanluran ng langit. 9 At sa panahong ito ang araw ay nagiging mas mahaba araw-araw at mas maikli ang gabi hanggang sa tatlumpung umaga. 10 Sa araw na iyon ang araw ay mas mahaba kaysa sa gabi sa pamamagitan ng ikasiyam na bahagi, at ang halaga ng araw ay eksaktong sa sampung bahagi at ang gabi sa walong bahagi. 11 At ang araw ay sumisikat mula roon ika-apat na portal, at nagtatakda sa ika-apat at bumalik sa ikalimang portal ng silangan tatlumpung umaga, at tumataas mula rito at magtakda sa ikalimang portal. 12 At pagkatapos ang araw ay nagiging mas mahaba sa pamamagitan ng dalawang bahagi at nagkakahalaga ng labing isang bahagi, at ang gabi ay nagiging mas maikli at nagkakahalaga ng pitong bahagi. 13 At ito bumalik sa silangan at pumapasok sa ikaanim na portal, at babangon at magtakda sa ikaanim na portal ng isa't tatlumpung umaga dahil sa senyas nito. 14 Sa araw na iyon ang araw ay mas mahaba kaysa sa gabi, at ang araw ay naging doble sa gabi, at ang araw ay naging labingdalawang bahagi, at ang gabi ay pinaikling at naging anim na bahagi. 15 At ang araw ay umaakyat upang gawing mas maikli ang araw at mas mahaba ang gabi, at ang araw ay babalik sa silangan at pumapasok sa ikaanim na portal, at tumataas mula rito at nagtatakda ng tatlumpung umaga. 16 At kapag natapos ang tatlumpung umaga, ang araw ay nababawasan eksaktong isang bahagi, at nagiging labing isang bahagi, at gabi ng pito. 17 At ang araw ay sumisikat ang pang-anim na portal sa kanluran, at papunta sa silangan at tumataas sa ikalimang portal sa loob ng tatlumpung umaga, at itinakda muli sa kanluran sa ikalimang kanlurang portal. 18 Sa araw na iyon ang araw ay nababawasan ng dalawa bahagi, at nagkakahalaga ng sampung bahagi at ang gabi sa walong bahagi. 19 At ang araw ay lumalabas mula roon ikalimang portal at nagtatakda sa ikalimang portal ng kanluran, at tumataas sa ika-apat na portal para sa isa at tatlumpungumaga sa account ng kanyang pag-sign, at set sa kanluran.Sa araw na iyon ang araw ay napapantay sa ang gabi, at nagiging pantay na haba, at ang gabi ay nagkakahalaga ng siyam na bahagi at ang araw hanggang siyam na bahagi. 21 At ang araw ay sumisikat mula sa portal na iyon at lumubog sa kanluran, at bumalik sa silangan at tumataas ang tatlumpung umaga sa pangatlong portal at magtakda sa kanluran sa pangatlong portal. 22 At sa araw na iyon ang gabi ay nagiging mas mahaba kaysa sa araw, at ang gabi ay naging mas mahaba kaysa sa gabi, at mas maikli ang araw kaysa sa araw hanggang sa tatlumpung umaga, at ang gabi ay eksaktong halaga sa sampung bahagi at ang araw hanggang walong bahagi. 23 At ang araw ay sumisikat mula sa pangatlong portal na iyon at lumubog sa ikatlong portal sa kanluran at bumalik sa silangan, at sa loob ng tatlumpung umaga ay tumataas sa pangalawang portal sa silangan, at sa katulad itinakda ang paraan sa ikalawang portal sa kanluran ng langit. 24 At sa araw na iyon sa gabi nagkakahalaga ng labing isang bahagi at ang araw ay pitong bahagi. 25 At ang araw ay sumisikat sa araw na yaon mula doon pangalawang portal at nagtatakda sa kanluran sa pangalawang portal, at bumalik sa silangan sa una portal para sa isa at tatlumpung umaga, at nagtatakda sa unang portal sa kanluran ng langit. 26 At sa araw na iyon ang gabi ay magiging mas mahaba at umaabot sa doble ng araw: at sa gabi sa eksaktong halaga sa labindalawang bahagi at ang araw ay anim. 27 At ang araw ay dumaan sa paghihiwalay ng kanyang orbit at muling lumiliko sa mga dibisyon ng kanyang orbit, at pumasok sa portal na tatlumpung umaga at set din sa kanluran na katapat nito. 28 At sa gabing iyon ay nabawasan ang gabi na may haba ng ikasiyam na bahagi, at ang gabi ay naging labing isang bahagi at ang araw pitong bahagi. 29 At ang araw ay bumalik at pumasok sa pangalawang portal sa silangan, at bumalik sa kanya paghahati ng kanyang orbit para sa tatlumpung umaga, tumataas at naipoposisyon. 30 At sa araw na iyon sa gabi na bumababa ang haba, at ang gabi ay umaabot sa sampung bahagi at ang araw ay walo. 31 At sa araw na iyon ang araw ay sumisikat mula sa portal na iyon, at lumulubog sa kanluran, at babalik sa silangan, at babangon sa pangatlo na portal para sa isa at tatlumpung umaga, at nagtatakda sa kanluran ng langit. 32 Nga araw na iyon ng gabi na bumababa at nagkakahalaga ng siyam na bahagi, at ang araw hanggang siyam na bahagi, at ang gabi ay katumbas ng araw at ang taon ay eksaktong sa mga araw nito tatlong daan at animnapu't apat. 33 At ang haba ng araw at gabi, at ang iksi ng araw at ng gabi ay bumangon- sa pamamagitan ng kurso ng ang araw ang mga pagkakaiba na ito ay ginawa. 34 Kaya darating na ang kurso nito ay nagiging pang araw-araw na mas mahaba, at ang syempre gabi mas maikli.35 At ito ang batas at ang takbo ng araw, at ang kanyang pagbabalik nang madalas siya ay nagbalik ng animnapung beses at tumataas, iyon ang dakilang ilaw na pinangalanang araw, magpakailanman at kailanman36 At ang tumataas sa gayon ay ang dakilang ilaw, at sa gayon ay pinangalanan ayon dito hitsura, ayon sa iniutos ng Panginoon. 37 Nga siya ay tumataas, kaya't siya ay nagtatakda at hindi bumabawas, at hindi nagpapahinga, ngunit tumatakbo araw at gabi, at ang kanyang ilaw ay pitong beses na mas maliwanag kaysa sa buwan; ngunit tungkol sa laki ng pareho silang pareho.

Rafael M. Juvida

Ang Mga Portal Ng Buwan

73 At pagkatapos ng batas na ito nakita ko ang isa pang batas na nakikipag- usap sa mas maliit na ilaw, na pinangalanan na Buwan. 2 At ang kanyang bilog ay tulad ng bilog ng langit, at ang kanyang karo na kanyang kinaroroonan ang mga sinasakyan na hinihimok ng hangin, at ang ilaw ay ibinibigay sa kanya sa tiyak na sukat. 3 At ang pagtaas niya at ang lugar ay nagbabago bawat buwan: at ang kanyang mga araw ay tulad ng mga araw ng araw, at kung kailan ang kanyang ilaw ay puno na umaabot sa ikapitong bahagi ng ilaw ng araw. 4 At sa gayon siya ay bumangon. At siya ay nasa yugto ng silangan ay darating sa ika-tatlumpung umaga: at sa araw na iyon siya ay makikita, at bumubuo para sa iyo ng unang yugto ng buwan sa tatlumpung araw kasama ang araw ay may portal kung saan sumisikat ang araw. 5 At ang kalahati niya ay lumalabas sa ikapitong bahagi, at siya ang buong bilog na walang laman, walang ilaw, maliban sa isang ikapitong bahagi nito, at ang labing-apat na bahagi ng kanyang ilaw. 6 At kapag natanggap niya ang ikapitong bahagi ng kalahati ng kanyang ilaw, ang kanyang ilaw ay umaabot sa ikapitong bahagi at kalahati nito. 7 At siya ay lumubog sa araw, at kapag sinisikat ng araw ang buwan ay sumisikat kasama niya at natanggap ang kalahati ng isang bahagi ng ilaw, at

doon sa gabi sa simula ng kanyang umaga sa pagsisimula ng araw ng buwan na lumulubog ang buwan kasama ng araw, at hindi nakikita ng gabing iyon kasama ang labing apat na bahagi at kalahati ng isa sa kanila. 8 At tumataas siya sa araw na iyon na may eksaktong ikapitong bahagi, at lumabas at humuhupa mula sa tumataas ng araw, at sa kanyang natitirang mga araw ay lumiliwanag siya sa natitirang labintatlo mga bahagi. 12 At ang araw at ang mga bituin ay nagdadala nang eksakto sa lahat ng mga taon, upang hindi nila maisulong o maantala ang kanilang posisyon sa pamamagitan ng isang solong araw hanggang sa kawalang-hanggan; ngunit kumpletuhin ang mga taon sa perpektong hustisya sa 364 araw. 13 Sa 3 taon may 1,092 araw, at sa 5 taon 1,820 araw, sa gayon sa 8 taon mayroong 2,912 araw. 14 Para sa buwan lamang ang mga araw ay nagkakahalaga ng 3 taon hanggang 1,062 araw, at sa 5 taon ay nahuhulog siya ng 50 araw sa likod:15 At sa 5 taon ay mayroong 1,770 araw, kung kaya't para sa buwan ang mga araw sa loob ng 8 taon halaga sa 2,832 araw.16 Para sa loob ng 8 taon ay nahuhulog siya sa halagang 80 araw, sa lahat ng mga araw siya ay nahuli sa loob ng 8 taon ay 80. 17 At ang taon ay tumpak na nakumpleto na naaayon sa ang kanilang mga istasyon ng mundo at mga istasyon ng araw, na tumaas mula sa mga portal kung saan ito ang araw ay sumisikat at lumubog 30 araw. 75 At ang mga pinuno ng mga pinuno ng libo-libo, na inilagay sa ibabaw ng buong nilikha at higit sa lahat ng mga bituin, may kinalaman din sa apat na araw, na hindi mapaghiwalay mula sa ang kanilang katungkulan, ayon sa pagbibilang ng taon, at ang mga ito ay naglilingkod sa apat na araw na hindi binibilang sa pagtutuos ng taon. 2 At dahil sa kanila ang mga tao ay nagkamali roon, para sa mga ilaw na tunay na nagbibigay ng serbisyo sa mga istasyon ng mundo, isa sa unang portal, isa sa pangatlong portal ng langit, isa sa pang-apat na portal, at isa sa ikaanim na portal, at ang katumpakan ng taon ay nagagawa sa pamamagitan ng hiwalay na tatlong daan at animnapu't apat na mga istasyon. 3 Para sa mga palatandaan at oras at taon at mga araw na ipinakita sa akin ng anghel na si Uriel, kanino ang Panginoon ng kaluwalhatian ay inilagay magpakailan man sa lahat ng mga ilaw ng langit, sa langit at sa ang mundo, na dapat silang mamuno sa mukha ng langit at makita sa mundo, at maging mga pinuno para sa araw at gabi, ibig sabihin, ang araw, buwan, at mga bituin, at lahat ng paglilingkod mga nilalang na gumagawa ng kanilang rebolusyon sa lahat ng mga karo ng langit. 4 Sa katulad na paraan labindalawang pinto ay ipinakita sa akin ni Uriel, bukas sa paligid ng karwahe ng araw sa langit, hanggang sa kung saan ang mga sinag ng araw ay sumabog: at mula sa kanila ay kumalat ang init sa buong lupa, kailan sila ay binuksan sa kanilang takdang panahon. 5 At para sa hangin at espiritu ng hamog kung kailan sila ay binuksan, nakatayo na bukas sa langit sa mga dulo. 6 Ang para sa labindalawang portal sa langit, sa mga dulo ng mundo, kung saan lumabas ang araw, buwan, at mga bituin, at lahat ng mga gawa ng langit sa silangan at sa kanluran, 7 maraming bintana ang bukas sa kaliwa at kanan sa kanila, at isang bintana sa takdang panahon nito ay gumagawa ng init, na tumutugma sa mga ito sa mga pintuang iyon kung saan lumalabas ang mga bituin ayon sa iniutos sa kanila, at kung saan itinakda nila na naaayon sa kanilang bilang. 8 At nakita ko ang mga karo sa langit, na tumatakbo sa mundo, sa itaas ng mga portal na kung saan umiikot ang mga bituin na hindi naitakda. 9 Ang isa ay mas malaki kaysa mga natitira, at ito ang gumagawa ng landas sa kabuuan ng mundo.

Ang Mga Portal Ng Hangin

76 At sa mga dulo ng mundo ay nakita ko ang labindalawang mga portal na bukas sa lahat ng mga sulok ng langit, mula sa kung saan ang hangin ay lumalabas at sumabog sa buong mundo. 2 Tatlo sa mga ito ang bukas sa mukha (ibig sabihin ang silangan) ng langit, at tatlo sa kanluran, at tatlo sa kanan (ibig sabihin ang timog) ng langit, at tatlo sa kaliwa (ibig sabihin, ang hilaga). 3 At ang tatlo ay ang una sa silangan, at tatlo sa hilaga, at tatlo pagkatapos ng mga nasa kaliwa ng timog, at tatlo sa kanluran. 4 Ang daan sa apat sa mga ito ay nagmumula ang mga hangin ng pagpapala at kaunlaran, at mula sa walong nagmula sa masasakit na hangin: nang sila ay ipadala, sila ay magdadala ng pagkawasak sa buong lupa at sa tubig na ito, at sa lahat na tumatahan doon, at sa lahat na nasa tubig at sa lupa. 5 At ang unang hangin- mula sa mga portal na iyon, na tinatawag na silangang hangin, ay lumalabas sa pamamagitan ng unang portal kung saan ay nasa silangan, nakakiling patungo sa timog: mula rito ay nagmula ang pagkasira, pagkauhaw, pag-init, at pagkawasak.

6 At sa pamamagitan ng pangalawang portal sa gitna ay darating kung ano ang naaangkop, at mula roon dumating ang ulan at pagiging mabunga at kaunlaran at hamog; at sa pamamagitan ng pangatlong portal na kung saan namamalagi patungo sa hilaga dumating

malamig at tagtuyot. 7 At pagkaraan ng mga ito ay lumabas ang hangin na timog tatlong portal: sa pamamagitan ng unang portal ng mga ito na nakakiling sa silangan ay lumalabas ang isang mainit na hangin. 8 At sa pamamagitan ng gitnang portal sa tabi nito ay may lumabas na mabangong amoy, at hamog at ulan, at kasaganaan at kalusugan. 9 At sa pamamagitan ng pangatlong portal na nakahiga sa kanluran ay nagmula ang hamog at ulan, balang at pagkasira. 10 At pagkatapos nito ay ang hilagang hangin: mula sa ikapitong portal sa silanganan ay dumating ang hamog at ulan, mga balang at pagkasira. 11 At mula sa gitnang portal ay dumating nang direktang direksyon sa kalusugan at ulan at hamog at kaunlaran; at sa pamamagitan ng pangatlong portal sa kanluran dumating ang ulap at hamog na nagyelo, at niyebe at ulan, at hamog at balang.

12 At pagkatapos ng apat na ito ay ang hangin sa kanluran: sa pamamagitan ng unang portal na magkadugtong sa hilaga ay nagmula ang hamog at hamog na nagyelo, at malamig at niyebe at hamog na nagyelo. 13 At mula sa gitnang portal ay nagmula ang hamog at ulan, at kasaganaan at pagpapala; at sa pamamagitan ng huling portal na kung saan magkadugtong sa timog ay lumabas sa pagkauhaw at pagkasira, at pagkasunog at pagkawasak. 14 At ang labindalawang pintuang-daan ng apat na sangkalangitan ng kalangitan ay natapos doon, at lahat ang kanilang mga batas at lahat ng kanilang salot at lahat na kanilang pakinabang ay ipinakita ko sa iyo, anak ko na si Matusalem.

Ang Mundo

77 At ang unang isang-kapat ay tinatawag na silanganan, sapagkat ito ang una: at ang pangalawa, ang timog, sapagkat ang Kataas-taasan ay bababa doon, oo, doon sa lubos na isang espesyal na kahulugan ay Siya na pinagpala magpakailanman. 2 At ang pang-kanlurang bahagi ay pinangalanan ang nabawasan, sapagkat doon lahat ang mga ilaw ng langit ay kumukupas at bumaba. 3 At ang ikaapat na kwarter, na pinangalanang hilaga, ay nahahati sa tatlong bahagi: ang una sa kanila ay para sa tirahan ng mga tao: at ang pangalawa ay naglalaman dagat ng tubig, at mga bangin at kagubatan at ilog, at kadiliman at ulap; at ang pangatlo na bahagi ay naglalaman ng hardin ng kabutihan. 4 Nakita ko ang pitong matataas na bundok, mas mataas kaysa sa lahat ng mga bundok na nasa lupa: at mula doon ay nagmumula sa yelo at niyebe, at mga araw, panahon, at taon ay lumipas. 5 Nakita ko ang pitong ilog sa lupa na mas malaki kaysa sa lahat ng mga ilog: ang isa sa kanila ay nagmumula sa kanluran ay ibinubuhos ang tubig nito sa Dakong Dagat. 6 At ang dalawang ito ay nagmula sa hilaga patungo sa dagat at nagbuhos ang kanilang katubigan patungo sa Dagat Erythraean sa silangan. 7 At ang natitirang apat ay lumabas sa gilid ng hilaga hanggang sa kanilang sariling dagat, dalawa sa kanila sa Dagat

Erythraean, at dalawa sa Dagat na Dagat at naglabas ng kanilang mga sarili doon at sinasabi ng ilan: sa disyerto. 8 Pitong dakilang mga isla ang nakita ko sa dagat at sa lupain: dalawa sa lupain at lima sa Dakilang Dagat.

Ang Paglitaw Ng Buwan

78 At ang mga pangalan ng araw ay ang mga sumusunod: ang unang Orjares, at ang pangalawang Tomas. 2 At ang buwan ay may apat na pangalan: ang unang pangalan ay Asonja, ang pangalawang Ebla, 3 ang pangatlong Benase, at ang ika-apat na Panahon. Ito ang dalawang magagaling na ilaw: ang kanilang bilog ay tulad ng bilog ng langit, at ang laki ng bilog ng pareho ay pareho. 4 Sa paligid ng araw may pitong bahagi ng ilaw na idinagdag dito higit pa sa buwan, at sa tiyak na mga hakbang na ito ay inililipat hanggang sa ang ikapitong bahagi ng araw ay naubos. 5 At nagtakda sila at ipasok ang mga portal ng kanluran, at gawin ang kanilang rebolusyon sa hilaga, at lumabas ang silangang mga portal sa mukha ng langit. 6 At nang tumaas ang buwan ng labing-apat na bahagi lilitaw sa langit: ang ilaw ay napupuno sa kanya: sa ikalabing-apat na araw ay nagawa niya ito ang ilaw niya. 7 At labinlimang bahagi ng ilaw ang inililipat sa kanya hanggang sa ikalabinlimang araw kapag ang kanyang ilaw ay natapos, alinsunod sa palatandaan ng taon, at siya ay naging labinlimang bahagi, at ang buwan na lumalaki sa pagdaragdag ng labing-apat na bahagi. 8 At sa kanyang pag-iikot ay bumababa ang buwan sa unang araw sa labing apat na bahagi ng kanyang ilaw, sa pangalawa hanggang labing tatlong

bahagi ng ilaw, sa pangatlo hanggang labindalawa, sa pang-apat hanggang labing-isang, sa ikalima hanggang sampu, sa ikaanim hanggang siyam, sa ikapito hanggang walo, sa ikawalo hanggang pitong, sa ikasiyam hanggang anim, sa ikasampu hanggang lima, sa ikalabing-isa hanggang apat, sa ikalabindalawa hanggang sa tatlo, sa ikalabintatlo hanggang dalawa, sa ikalabing-apat hanggang kalahati ng ikapitong bahagi, at ang lahat ng nalalabi sa kaniya ang ilaw ay ganap na nawawala sa ikalabinlimin. 9 At sa ilang mga buwan ang buwan ay may dalawampu't siyam na araw at isang beses dalawampu't walo. 10 At pinakita sa akin ni Uriel ang isa pang batas: kapag ang ilaw ay inililipat sa buwan, at saang panig ito ay inilipat sa kanya ng araw. 11 Samantalang lahat ng panahon kung saan lumalaki ang buwan sa kanya na may ilaw, inililipat niya ito sa kanyang sarili kapag nasa tapat ng araw sa labing-apat na araw ang kanyang ilaw na nagawa sa langit, at kapag siya ay naiilawan sa buong paligid, ang kanyang ilaw ay napupuno ang langit. 12 At sa unang araw ay tinawag siyang bagong buwan, sapagkat sa araw na iyon ang ilaw umakyat sa kanya. 13 Siya ay naging ganap na buwan sa eksaktong araw sa paglubog ng araw sa kanluran, at mula sa silangan siya ay sumisikat sa gabi, at ang buwan ay nagniningning sa buong gabi hanggang sa pagsikat ng araw sa tapat niya at ang buwan ay makikita sa tapat ng araw. 14 Sa gilid kung saan nagmula ang ilaw ng buwan ay darating, doon muli siya wanes hanggang sa lahat ng mga ilaw nawala at lahat ng mga araw ng katapusan ng buwan, at ang kanyang paligid ay walang laman, walang laman na ilaw. 15 At tatlong buwan ay tumatagal siya ng tatlumpung araw, at sa kanyang oras ay tumatagal siya ng tatlong buwan at dalawampu't siyam na araw bawat isa, kung saan natutupad niya ang kanyang pagkupas sa unang yugto ng oras, at sa ang unang portal sa loob ng isang daan pitumpu't pitong araw. 16 At sa oras ng kanyang paglabas ay siya ay lilitaw sa loob ng tatlong buwan ng tatlumpung araw bawat isa, at sa loob ng tatlong buwan ay lilitaw siya na dalawampu't siyam bawat isa sa gabi ay nagpapakita siya na parang isang lalake sa loob ng dalawampung araw sa bawat oras, at sa araw ay siya ay nagpapakita sa langit, at wala nang iba pa sa kanya maliban sa kanyang ilaw. 79 At ngayon, anak ko, ipinakita ko sa iyo ang lahat, at ang batas ng lahat ng mga bituin sa langit ay nakumpleto. 2 At ipinakita niya sa akin ang lahat ng mga batas na ito sa bawat araw, at sa bawat panahon ng pamamahala, at para sa bawat taon, at para sa paglabas nito, at para sa kaayusan na inireseta dito bawat buwan at bawat linggo: 3 At ang pagwawala ng buwan na nagaganap sa ikaanim na portal: para sa ikaanim na ito ay portal ang kanyang ilaw ay nagawa, at pagkatapos nito ay ang simula ng pagkupas: 4 At ang pagkupas na nagaganap sa unang portal sa panahon nito, hanggang sa isang daan at pitumpu't pito natapos ang mga araw: binibilang ayon sa mga linggo, dalawampu't limang linggo at dalawang araw. 5 Siya ay mahuhulog sa likod ng araw at ang pagkakasunud-sunod ng mga bituin eksaktong limang araw sa kurso ng isang panahon, at kung ang lugar na ito na iyong nakikita ay nadaanan. 6 Iyan ang larawan at guhit ng bawat ilaw na itinuro ni Uriel na arkanghel, na kanilang pinuno, ay ipinakita sa akin. 80 At sa mga araw na iyon ang anghel na si Uriel ay sumagot at sinabi sa akin: "Narito, ipinakita ko sa iyo lahat, Enok, at ipinahayag ko sa iyo ang lahat na dapat mong makita ang araw na ito at ang buwan na ito, at ang mga pinuno ng mga bituin sa langit at lahat ng mga magpapasara sa kanila, ng kanilang mga Gawain at mga oras at pag-alis.

Ang Kasalanan Ng Sangkatauhan

2 At sa mga kaarawan ng mga makasalanan ang mga taon ay maiikli,

At ang kanilang binhi ay mahihinang sa kanilang mga lupain at bukid, At ang lahat ng mga bagay sa lupa ay magbabago,

At hindi lalabas sa kanilang oras:

At ang ulan ay maiiwasan At pipigilan ito ng langit.

3 At sa mga oras na yaon ang mga bunga ng lupa ay magiging paatras, At hindi lalago sa kanilang oras,

At ang mga bunga ng mga puno ay itatago sa kanilang oras.

4 At babaguhin ng buwan ang kanyang ayos, At hindi lilitaw sa kanyang oras.

5 At sa mga araw na iyon ang araw ay makikita at siya ay maglalakbay sa gabi sa dulo ng dakilang karo sa kanluran at mas maliwanag kaysa sa mga naaayon sa pagkakasunud-sunod ng ilaw.

6 At maraming pinuno ng mga bituin ang lalabag sa itinakdang pagkakasunud- sunod. At babaguhin nito ang kanilang mga landas at gawain, at hindi lilitaw sa

mga panahon na inireseta sa kanila. 7 At ang buong pagkakasunud-sunod ng mga bituin ay maitatago sa mga makasalanan, at ang mga pagiisip ng mga nasa lupa ay magkakamali tungkol sa kanila, at sila ay mababago mula sa kanilang mga lakad, Oo, sila ay magkakamali at gagawin silang mga dios- diosan. 8 At ang kasamaan ay pararamihin sa kanila, at ang parusa ay darating sa kanila upang sirain silang lahat."

Binasa Ni Enok Ang Mga Tableta Ng Langit

81 At sinabi niya sa akin: "Pagmasdan, Enok, ang mga tabletang ito sa langit, at basahin kung ano ang nakasulat dito, at markahan ang bawat indibidwal na katotohanan." 2 At aking pinagmasdan ang mga tapyas sa langit, at binasa ko ang lahat na nakasulat doon at naunawaan ang lahat, at binasa ang libro ng lahat ng mga gawa ng sangkatauhan, at ng lahat ng mga anak ng makalaman na nasa lupa hanggang sa pinakadulo ng mga salinlahi. 3 At kaagad kong binasbasan ang Dakila at Panginoong Hari ng kaluwalhatian magpakailanman, sa paggawa Niya ng lahat ng mga gawa sa mundo, at pinuri ko ang Panginoon dahil sa kanyang kagandahang-loob, at pinagpala Siya dahil sa mga anak ng mga tao. 4 At pagkatapos nito ay sinabi ko: "Mapalad ang taong namamatay sa katuwiran at kabutihan, sapagkat tungkol sa kanya ay walang nakasulat sa aklat ng kalikuan, at anumang laban sa kanya sa araw ng paghuhukom ay di matatagpuan."

Binigyan Ng Isang Taon Si Enok Upang Makumpleto Ang Kanyang Misyon

5 At ang pitong banal na iyon ay dinala ako at inilagay ako sa lupa sa harap ng pintuan ng aking bahay, at sinabi sa akin: "Ipahayag ang lahat sa iyong anak na si Matusalem, at ipakita sa lahat ng iyong mga anak na walang laman na matuwid sa paningin ng Panginoon, sapagkat Siya ang kanilang Maylalang. 6 Isang taon na kaming umalis kasama ang iyong anak, hanggang sa maibigay mo ang iyong huling utos, upang turuan mo ang iyong mga anak at itala ito para sa kanila, at magpatotoo sa lahat ng iyong mga anak; at sa ikalawang taon ay kukunin ka nila mula sa kanilang gitna. 7 Pukawin mo ang iyong puso, sapagka't ang mabuti ay ipapahayag ang katuwiran sa mabuti; ang matuwid na kasama ng matuwid ay magagalak; at mag-aalok ng pagbati sa bawat isa. 8 Pero ang mga makasalanan ay mamamatay kasama ng mga makasalanan, at sila ay tumalikod at bumaba kasama ng mga rebelde. 9 At sila na nagsasagawa ng katuwiran ay mamamatay dahil sa mga gawa ng tao. at kayo ay madala dahil sa mga gawa ng mga walang kinikilalang Diyos. " 10 At sa mga araw na yaon ay

tumigil sila sa pagsasalita sa akin, at naparoon ako sa aking bayan, na pinagpapala ang Panginoon ng sangkatauhan.

Payo Ni Enok Kay Matusalem

82 At ngayon, aking anak na si Matusalem, ang lahat ng mga bagay na ito ay isinalaysay ko sa iyo at isinusulat para ikaw, at aking ipinahayag sa iyo ang lahat, at binigyan kita ng mga libro tungkol sa lahat ng ito: sa gayon ingatan mo, aking anak na si Methuselah, ang mga aklat mula sa kamay ng iyong ama, at alamin na iligtas mo sila sa heneresyon ng mundo. 2 Ako ay nagbigay ng karunungan sa iyo at sa iyong mga anak, at ang iyong mga anak na magiging sa iyo, upang kanilang maibigay sa kanilang mga anak sa buong lahi, ang karunungan na ito na higit sa kanilang pagiisip. 3 At ang mga nakakaunawa nito ay ang mga nilalang na di natutulog, ngunit makikinig sa pamamagitan ng tainga upang kanilang matutunan ang kaalamang ito, at ikalulugod nito ang mga kumakain nito nang mas mabuti kaysa sa masarap na pagkain. 4 Palad ang lahat na matuwid, mapalad silang lahat na lumalakad sa daan ng katuwiran at hindi nagkakasala tulad ng mga makasalanan, sa bilang ng kanilang lahat na mga araw kung saan ang araw ay gumagala sa langit, pagpasok at pag-alis mula sa mga portal sa loob ng tatlumpung araw na may mga pinuno ng libo ng mga pagkakasunud-sunod ng mga bituin, kasama ang apat na kung saan ay intercalated na hinati ang apat na bahagi ng mga taon, na hahantong sa kanila at

pumasok kasama nila ng apat na araw. 5 Nagmumula sa kanila ang mga kalalakihan ay nagkakamali at hindi isasaalang-alang ang mga ito sa buong pagtutuos ng taon: oo, ang mga tao ay magkakasala, at hindi tumpak na makilala ang mga ito. 6 Sapagkat sila ay kabilang sa pagbibilang ng taon at tunay na naitala doon magpakailanman, isa sa unang portal at isa sa pangatlo, at isa sa pang-apat at isa sa pang-anim, at ang taon ay nakumpleto sa tatlong daan at animnapu't apat na araw. 7 At ang pahayag nito ay tumpak at ang naitala na bilang nito ay tumpak; para sa mga ilaw, at buwan at pagdiriwang, at taon at araw, ipinakita at naihayag kay Uriel sa akin, na sa kaniya ang Panginoon ng buong nilikha ng sanglibutan ay sumailalim sa hukbo ng langit. 8 At siya ay may kapangyarihan sa langit at gabi sa langit upang magaan ang ilaw sa mga tao, buwan, mga bituin, at lahat ng mga kapangyarihan ng langit na umikot sa kanilang mga bilog na karo. 9 At ito ang mga pagkakasunud-sunod ng mga bituin, na inilagay sa kanilang kinalalagyan, at sa kanilang mga panahon at pagdiriwang at buwan 10 At ito ang mga pangalan ng mga namumuno sa kanila, na nagbabantay na papasok sa kanilang mga oras, sa ang kanilang mga ayos, sa kanilang mga panahon, sa kanilang mga buwan, sa kanilang mga panahon ng kapangyarihan, at sa kanilang posisyon. 11 Ang kanilang apat na pinuno na hinati ang apat na bahagi ng taon ay pumasok muna; at pagkatapos nila ang labindalawang pinuno ng mga kautusan na naghati sa mga buwan; at para sa tatlong daan at animnapung araw may mga ulo sa libo-libo na hinahati ang mga araw; at sa apat na mga araw ay may mga pinuno na lumubog sa apat na bahagi ng taon. 12 At ang mga ulo na ito ay nasa ibabaw ng libu-libo sa pagitan ng pinuno at pinuno, bawat isa sa likod ng isang istasyon, ngunit ang kanilang mga pinuno na gawin ang paghati. 13 At ito ang mga pangalan ng mga pinuno na hinati ang apat na bahagi ng taon na itinalaga: Milki'el, Hel'emmelek, at Mel'ejal, at Narel. 14 At ang mga pangalan ng mga namumuno at sila ay sina: Adnar'el, at Ijasusa'el, at 'Elome'el- ang tatlong ito ay sumusunod sa mga pinuno ng mga utos, at mayroong isa na sumusunod sa tatlong pinuno ng mga kaayusan na sumusunod sa mga pinuno ng mga istasyon na hinahati ang apat na bahagi ng taon. 15 Sa simula ng taon si Melkejal ay unang bumangon at namumuno, na pinangalanang Tam'aini at araw, at lahat ng mga araw ng kanyang kapangyarihan habang siya ay namamahala ay siyamnapu't isang araw. 16 At ito ang mga palatandaan ng mga araw na makikita sa lupa sa mga araw ng kanyang kapangyarihan: pawis, at init, at kumakalma; at ang lahat ng mga puno ay namumunga, at mga dahon ay ginawa sa lahat ng mga puno, at ang ani ng trigo, at mga bulaklak na rosas, at lahat ng mga bulaklak na lumalabas sa bukid, ngunit ang mga puno ng panahon ng taglamig ay natuyo. At ito ang mga pangalan ng mga pinuno na nasa ilalim sila: Berka'el, Zelebs'el, at isa pa na idinagdag isang pinuno ng isang libo, na tinawag na Hilujaseph: at ang mga araw ng kapangyarihan ng pinuno na ito ay natapos na. 18 Ang susunod na namumuno sa kaniya ay si Hel'emmelek, na pinangalanan ng nagniningning na araw, at sa lahat ng mga araw ng kanyang ilaw ay siyamnapu't isang araw. 19 At ito ang mga palatandaan ng kanyang mga kaarawan sa lupa: ang nagniningning na init at pagkatuyo, at ang mga punong hinog ang kanilang mga prutas at gumawa ng lahat ng kanilang mga prutas na hinog at handa na, at ang pares ng tupa at naging hitik, at lahat ng mga bunga ng lupa ay natipon, at lahat na nasa bukid, at ang pisaan ng ubas: ang mga bagay na ito ay nagaganap sa mga araw ng kanyang kapangyarihan. 20 Ito ang mga pangalan, at mga utos, at mga pinuno ng mga pinuno ng libu-libo: Gida'ijal, Keel, at si Heel, at ang pangalan ng pinuno ng isang libo na idinagdag sa kanila, Asfa'el: at ang mga araw ng kanilang kapangyarihan ay natapos na.

Ang Aklat ng Mga Pangitain

Ikinuwento Ni Enok Ang Dalawang Pangarap Na Pangitain

83 At ngayon, aking anak na si Methuselah, ipapakita ko sa iyo ang lahat ng aking mga pangitain na aking nakita, na nagsasalaysay sila sa harap mo. 2 Dalawang pangitain na nakita ko bago ako kumuha ng asawa, at ang isa ay hindi katulad sa iba: ang una nang ako ay matutong sumulat: ang pangalawa bago ko kinuha ang iyong ina, nang makita ko ang isang kakila-kilabot na pangitain. 3 At patungkol sa kanila ay nanalangin ako sa Panginoon.

Ang Unang Pangitain: Nakita Ni Enok Ang Baha

Inihiga ako sa bahay ng aking lolo na si Mahalalel, nang makita ko sa isang pangitain kung paano ang gumuho ang langit at natangay at nahulog sa lupa. 4 At nang mahulog ito sa lupa ay nakita ko kung paano ang lupa ay nilamon ng isang malaking kalaliman, at ang mga bundok ay nasuspinde ang mga bundok, at mga burol ay nalubog sa mga burol, at ang mga matataas na puno ay tinanggal mula sa kanilang mga tangkay, at itinapon pababa at lumubog sa kailaliman. 5 At doon ay may isang salita na nahulog sa aking bibig, at itinaas ko ang aking tinig upang sumigaw ng malakas, at sinabing: "Ang mundo ay nawasak." 6 At ginising ako ng aking lolo na si Mahalalel habang nakahiga ako sa kaniya, at sinabi sa akin: Bakit ka umiyak ka, anak ko, at bakit ka humagulgol? 7 At ikinuwento ko sa kanya ang buong pangitain na aking nakita, at sinabi niya sa akin: Isang kakila-kilabot bagay na iyong nakita, aking anak, at ng matinding sandali ay ang iyong pangarap na pangitain tungkol sa mga lihim ng lahat ang kasalanan ng lupa: dapat itong lumubog sa kailaliman at masisira ng isang malaking pagkawasak. 8 At Ngayon, anak ko, bumangon ka at magsumamo sa Panginoon ng kaluwalhatian, dahil ikaw ay mananampalataya, na ang natitira ay maaaring manatili sa lupa, at upang hindi Niya masira ang buong mundo.

9 Anak ko, mula salangit ang lahat ng ito ay darating sa lupa, at sa lupa ay magkakaroon ng matinding pagkawasak. Pagkatapos nito ay bumangon ako at nanalangin at humingi, at nagsumamo, at isinulat ang aking dalangin para sa henerasyon ng mundo, at ipapakita ko sa iyo ang lahat, aking anak na si Matusalem. 11 At nang ako ay magpunta sa ibaba at nakita ang langit, at ang araw na sumisikat sa silanganan, at ang paglalagay ng buwan sa kanluran, at ng ilang mga bituin, at ng buong mundo, at lahat na katulad Niya na kilala ito sa simula, pagkatapos ay binasbasan ko ang Panginoon ng paghuhukom at pinahahalagahan ko Siya sapagkat Siya ay gumawa ng araw kung saan lumabas mula sa mga bintana ng silangan, at siya ay umakyat at bumangon sa mukha ng langit, at umalis at patuloy na daanan ang daang ipinakita sa kanya.

Ang Dakilang Mesiyas

84 At itinaas ko ang aking mga kamay sa katuwiran at binasbasan ang Banal at Dakila, at nagsalita sa hininga ng aking bibig, at sa dila ng laman, na nilikha ng Diyos para sa mga anak ng mga tao, upang sila ay makausap doon, at binigyan Niya sila ng hininga at isang dila at isang bibig na sila ay maaaring magsalita roon: 2 "Pagpalain ka, O Panginoon, Hari, Dakila at makapangyarihan sa Iyong kadakilaan, Panginoon ng buong sangkalangitan, Hari ng mga hari at Diyos ng buong mundo. At ang Iyong kapangyarihan at kaharian at kadakilaan ay mananatili magpakailanman, At sa lahat ng salinlahi Ang iyong kapangyarihan; At ang lahat ng mga langit ay iyong luklukan magpakailanman, At ang buong lupa ang iyong tuntungan ng mga paa hanggang sa magpakailanman. 3 Sapagka't ikaw ang gumawa at namumuno sa lahat ng mga bagay, At walang masyadong mahirap para sa Iyo, Ang karunungan ay hindi aalis mula sa lugar ng Iyong trono, ni tumalikod mula sa Iyong presensya. At alam mo at nakikita at naririnig ang lahat, at walang anumang nakatago sa Iyo para sa nakikita Mo ang lahat. 4 At ngayon ang mga anghel ng iyong langit ay nagkasala. At sa laman ng mga tao ay nanatili ang iyong poot hanggang sa dakilang araw ng paghuhukom. 5 At ngayon, O Diyos at Panginoon at

Dakilang Hari, nakikiusap ako at ipinamamanhik sa Inyo na tuparin ang aking panalangin, iiwan ako ng salin-salin sa mundo, at hindi winawasak ang lahat ng laman ng tao, at gawin ang lupa na walang naninirahan, upang magkaroon ng isang walang hanggang pagkawasak. 6 At ngayon, Panginoon ko, lipulin mo sa lupa ang laman na nagpukaw ng iyong poot, ngunit ang laman ng katuwiran at katuwiran ay itinatatag bilang isang halaman ng walang hanggang binhi, at huwag itago ang iyong mukha sa dalangin ng iyong lingkod, O Panginoon."

Ang Pangalawang Pangitain: Ang Mga Nilalang

85 At pagkatapos nito ay nakakita ako ng isa pang panaginip, at ipapakita ko sa iyo ang buong panaginip, anak ko. 2 At tinig ni Enok ang kanyang tinig at sinalita ang kanyang anak na si Matusalem: Sa iyo, anak ko, magsasalita ako: pakinggan mo ang aking mga salita, ikiling mo ang iyong tainga sa pangarap na pangarap ng iyong ama. 3 "Bago ko kunin ang iyong ina na si Edna, nakita ko sa isang pangitain sa aking kama, at, narito, isang toro ang lumabas mula sa lupa, at ang toro na iyon ay maputi; at pagkaraan nito ay lumabas ang isang baka, at kasama ng huli ay lumabas ang dalawang toro, ang isa sa kanila itim at ang isa pula. 4 At ang itim na toro na iyon ay nagputi ng pula ay isa at hinabol siya sa buong mundo, at doon hindi ko na makita ang pulang toro. 5 "Ngunit ang itim na toro na iyon ay lumaki at sumama ang baka sa kanya, at nakita kong maraming mga baka ang nagpatuloy mula sa kanya na kahawig at sumunod sa kanya." 6 At ang baka, ang una, ay umalis mula sa pagkakaroon ng unang toro na toro upang hanapin ang pula ay isa, ngunit hindi siya natagpuan, at humagulgol sa isang dakilang pagdalamhati sa kanya at hinanap siya. 7 At ako ay tumingin hanggang sa ang unang toro ay

dumating sa kanya at pinatahimik siya, at mula sa oras na iyon hanggang sa siya ay sumigaw ng higit pa 8 "At pagkatapos nito ay nagsilang siya ng isa pang puting toro, at pagkatapos ay nagsilang siya ng maraming mga toro at mga itim na baka. 9 At nakita ko sa aking pagtulog na ang puting toro ay tumubo din at naging isang malaking puting toro, at mula nagpatuloy siya sa maraming puting toro, at kahawig niya. 10 At nagsimula silang manganak ng marami puting toro, na kahawig ng mga ito, ang isa ay sumusunod sa isa pa, kahit na marami.

Ang Pagbagsak Ng Mga Nagbabantay

86 "At muli nakita ko ng aking mga mata habang natutulog ako, at nakita ko ang langit sa itaas, at narito ang isang bituin na nahulog mula sa langit, at bumangon ito at kumain at nag pastulan sa gitna ng mga baka. 2 "At pagkatapos nito ay nakita ko ang malaki at ang itim na mga baka, at, narito, pinalitan nilang lahat ang kanilang mga kuwadra at pastulan at kanilang mga baka, at nagsimulang mamuhay sa bawat isa. 3 "At muli ay nakita ko sa pangitain, at tumingin sa langit, at, narito, nakita ko ang maraming mga bituin na bumaba at magtapon mula sa langit patungo sa unang bituin, at sila ay naging toro sa gitna ng mga baka at pastulan kasama nila sa gitna nila. 4 At tumingin ako sa kanila at nakita, at masdan lahat sila ay naglabas ng kanilang mga lihim na miyembro, tulad ng mga kabayo, at nagsimulang takpan ang mga baka, at silang lahat ay nagbuntis at walang ano-ano ay sumibol ang mga elepante, kamelyo, at asno. 5 At ang lahat ng mga baka ay natakot sa kanila at nangatakot sa kanila, at nagsimulang kumagat sa kanilang mga ngipin at upang ubusin, at upang magsuka sa kanilang mga sungay. 6 At nagsimula sila, bukod dito, upang ubusin ang mga baka; at masdan ang lahat ng mga anak ng lupa ay nagsimulang manginig at manginig sa harap nila at tumakas galing sa kanila. 87 "At muli

kong nakita kung paano sila nagsimulang magsumiksik sa bawat isa at kumain ng bawat isa, at ang nagsimulang umiyak ng malakas. 2 At itiningin ko muli ang aking mga mata sa langit, at nakita ko sa pangitain, at, narito, lumabas mula sa mga nilalang sa langit na parang mga puting lalake: at apat na lumabas sa lugar na iyon at tatlo ay kasama nila. 3 At ang tatlong na huling lumabas ay hinawakan ako sa aking kamay at dinala ako, malayo sa mga henerasyon ng mundo, at itinaas ako sa isang mataas na lugar, at ipinakita sa akin ang tore ay itinaas sa itaas ng lupa, at ang lahat ng mga burol ay mas mababa. 4 "At sinabi sa akin ng isa: 'Manatili ka rito hanggang sa makita mo ang lahat na nangyayari sa mga elepante na iyon ay ang mga kamelyo, at asno, at ang mga bituin, at ang mga baka, at silang lahat. 88 "At nakita ko ang isa sa apat na nauna na lumabas, at hinawakan niya ang unang bituin ay nahulog mula sa langit, at itinali ang mga kamay at paa at itinapon sa isang kalaliman: ngayon na ang kailaliman ay makitid at malalim, at kakila-kilabot at madilim. 2 "At ang isa sa kanila ay kumuha ng isang tabak, at ibinigay sa mga elepante at kamelyo at asno: Pagkatapos nagsimula silang magsalitan, at ang buong lupa ay tumay dahil sa kanila." 3 At habang ako ay nakatingin sa pangitain, narito, ang isa sa apat na lumabas na ay bumato sa kanila mula sa langit, at natipon at kinuha ang lahat ng magagaling na mga bituin na ang mga kasaping na miyembro ay tulad ng mga kabayo, at tinali ang lahat ng mga kamay at paa, at itinapon sa isang kalaliman ng lupa.

Si Noe At Ang Kanyang Mga Anak

89 At ang isa sa apat na iyon ay nagtungo sa puting toro na iyon at itinuro sa kaniya sa isang lihim, nang wala siya na kinilabutan: siya ay ipinanganak na isang toro at naging isang tao, at nagtayo para sa kanyang sarili ng isang malaking sisidlan at tumira doon; at tatlong toro ang tumira kasama niya sa sisidlan na iyon at sila ay natakpan. 2 At muli kong itiningin ang aking mga mata patungo sa langit at nakita ko ang isang matayog na bubong, na may pitong tubig doon, at ang mga agos na iyon ay dumaloy ng maraming tubig sa isang kulungan. 3 At nakita ko ulit, at narito ang mga bukal ay binuksan sa ibabaw ng malaking bakod, at ang tubig na nagsimula nang mamaga at tumaas sa ibabaw, at nakita ko ang tarangkahan hanggang sa ang buong ibabaw nito ay natakpan ng tubig 4 At ang tubig, ang kadiliman, at ulap ay tumaas doon; at sa pagtingin ko sa taas ng tubig na iyon, ang tubig na iyon ay tumaas sa taas ng tarangkahan na iyon, at umaagos ang kulungan na iyon, at tumayo ito sa lupa.

5 At lahat ng mga baka sa bakuran ay natipon na magkasama hanggang sa nakita ko kung paano sila lumubog at napalunok at namatay sa tubig na iyon. 6

Pero iyon ang sisidlan ay lumutang sa tubig, habang ang lahat ng mga baka at elepante at kamelyo at asno ay lumubog sa ilalim ng lahat ng mga hayop, upang hindi ko na sila makita, at hindi nila magawa na makatakas, ngunit namatay at lumubog sa kailaliman. 7 "At muling nakita sa pangitain hanggang sa ang mga agos ng tubig ay inalis mula sa mataas na bubong, at ang mga hagupit ng lupa ay naitaas at ang iba pang mga kailaliman ay binuksan. 8 Tapos nagsimula ang tubig upang patakbuhin ang mga ito, hanggang sa ang lupa ay makita; ngunit ang daluyan na iyon ay tumira sa lupa, at nagtago ang kadiliman at lumitaw ang ilaw. 9 "Ngunit ang puting toro na naging lalake ay lumabas mula sa sisidlan, at ang tatlong toro na kasama siya, at ang isa sa tatlong iyon ay maputi tulad ng toro na iyon, at ang isa sa kanila ay pula na parang dugo, at isa itim: at ang puting toro na iyon ay umalis sa kanila.

Si Abraham At Ang Kanyang Mga Anak

10 "At nagsimula silang manganak ng mga hayop sa parang at mga ibon, kaya't iba ang bumangon mula sa kanilang uri: mga leon, tigre, lobo, aso, hyena, ligaw na mabangis na hayop, asong gubat, mga nilalang na nasa puno, baboy, mabangis na ibon, mga buwitre, agila, at uwak; at kasama nila ay isinilang ang isang puting toro. 11 At nagsimula na sila ay kumagat sa isa't isa; ngunit ang puting toro na ipinanganak sa gitna nila ay nagkaanak ng isang ligaw na asno at isang putting toro kasama nito, at ang ligaw na asno ay dumami. 12 Ngunit ang toro na ipinanganak mula sa kanya ay nagkaanak ng isang itim at ligaw na baboy at isang puting tupa; at ang una ay nagkaanak ng maraming mga mabangis na hayop, nguni't ang mga tupa ay nagkaanak ng labing dalawang tupa 13 At nang tumubo ang labindalawang tupa, ibinigay nila ang isa sa mga asno, at ang mga asno ay muling ibinigay ang tupa na iyon sa mga lobo, at ang mga tupa na lumaki sa gitna ng mga lobo 14 At dinala ng Panginoon ang labing isang tupa upang manirahan kasama nito, at upang pastulan kasama nitong mga lobo: at sila ay dumami at naging maraming kawan ng mga tupa.

Ang Pagdating Ni Moises

15 "At ang mga lobo ay nagsimulang takot sa kanila, at pinahihirapan sila hanggang sa winasak ang kanilang maliit na isa, at kanilang itinapon ang kanilang mga anak sa isang ilog ng maraming tubig: nguni't ang mga tupa na iyon ay nagsimulang sumigaw ng malakas dahil sa kanila at upang magreklamo sa kanilang Panginoon. 16 At isang tupa na nailigtas mula sa mga lobo tumakas at nakatakas sa ligaw na asno; at nakita ko ang mga tupa kung paano sila humagulgol at sumigaw, at nagsumamo sa kanilang Panginoon ng buong lakas, hanggang sa Panginoon ng mga tupa ay bumaba sa tinig ng mga tupa mula sa isang mataas na tirahan, at dumating sa kanila at pastulan sila. 17 At tinawag niya ang tupa na nakatakas sa mga lobo, at nakipag-usap dito tungkol sa mga lobo na dapat silang payuhan na huwag hawakan ang mga tupa. 18 At ang mga tupa ay nagtungo sa mga lobo ayon sa salita ng Panginoon, at sinalubong ito ng isa pang tupa at sumama dito, at ang dalawa ang nagpunta at pumasok na magkasama sa kapulungan ng mga lobo na iyon, at nakipag-usap sa kanila at pinayuhan silang huwag hawakan ang mga tupa mula ngayon.

19 At saka nakita ko ang mga lobo, at kung paano nila pinighati ang mga tupa ng labis sa kanilang buong

lakas; at ang mga tupa ay sumigaw ng malakas. At ang Panginoon ay naparito sa mga tupa at sinimulan nilang hampasin ang mga lobo na iyon; at ang mga lobo na nagsimulang gumawa ng panaghoy; ngunit ang mga tupa ay naging tahimik at kaagad na tumigil sa pagsigaw.

Ang Exodo

21 At nakita ko ang mga tupa hanggang sa umalis sila sa gitna ng mga lobo; nguni't ang mga mata ng mga lobo ay nabulag, at ang mga lobo na iyon ay umalis sa pagtugis sa mga tupa sa kanilang buong lakas. 22 At ang Panginoon ng mga tupa ay sumama sa kanila, bilang kanilang pinuno, at lahat ng Kanyang mga tupa ay sumusunod sa Kanya: at ang Kanyang mukha ay nakasisilaw at maluwalhati at kakila-kilabot na makita.

23 Ngunit sinugod ng mga lobo ang mga tupa hanggang sa marating nila ang isang dagat ng tubig. 24 At nahati ang dagat na iyon, at ang tubig ay tumayo sa dakong ito, at doon sa harap ng kanilang mukha, at pinangunahan sila ng kanilang Panginoon at inilagay ang Kanyang sarili sa pagitan nila at ang mga lobo. 25 At samantalang ang mga lobo na iyon ay hindi pa nakikita ang mga tupa, nagpunta sila sa gitna ng dagat na iyon, at ang mga lobo ay sumusunod sa mga tupa, at ang mga lobo ay tinakbo sila pagkatapos sa dagat na iyon. 26 At nang makita nila ang Panginoon ng mga tupa, sila'y tumalikod upang tumakas sa harap niya, ngunit ang dagat ay nagtipon-tipon, at naging parang nilikha, at ang tubig ay humupa at tumaas hanggang tinakpan nito ang mga lobo. 27 At nakita ko hanggang sa ang lahat ng mga lobo na humahabol sa mga tupa ay namatay at nalunod.

Ang Pagbibigay Ng Batas Sa Sinai

28 Datapuwa't ang mga tupa ay tumakas mula sa tubig na iyon at nagsilabas sa ilang, na doon ay walang tubig at walang damo; at nagsimula silang buksan ang kanilang mga mata at makita; at nakita ko ang Panginoon ng tupa ng pastulan sila at binibigyan sila ng tubig at damo, at ang tupa na papunta at nangunguna sila. 29 At ang mga tupa na iyon ay umakyat sa tuktok ng mataas na batong iyon, at ang Panginoon ng mga tupa ay ipinadala ito sa kanila. 30 At pagkatapos nito ay nakita ko ang Panginoon ng mga tupa na nakatayo sa harap nila, at ang Kanyang hitsura ay dakila at kakila-kilabot at kamahalan, at lahat ng mga tupa ay nakita Siya at natakot bago ang Kanyang mukha. 31 At silang lahat ay natakot at nanginig dahil sa Kanya, at kanilang sinigawan iyon ng mga tupa kasama nila na nasa gitna nila: "Hindi kami makatayo sa harap ng aming Panginoon o kaya makita Siya." 32 At ang mga tupa na tumungo sa kanila ay umakyat muli sa tuktok ng batong iyon, ngunit ang mga tupa ay nagsimulang mabulag at gumala sa landas na ipinakita niya sa kanila, ngunit na ang mga tupa ay hindi nakakaalam doon. 33 At ang Panginoon ng mga tupa ay nagalit nang labis laban sa kanila, at

nadiskubre ito ng mga tupa, at bumaba mula sa tuktok ng bato, at napunta sa tupa, at natagpuan ang pinakadakilang bahagi sa kanila na nabulag at nahulog. 34 At nang makita nila ito sila ay natakot at nanginginig sa presensya nito, at hinahangad na bumalik sa kanilang mga kulungan. 35 At ang mga tupa ay kumuha ng iba pang mga tupa kasama nito, at dumating sa mga tupa na nahulog, at nagsimulang pumatay sila; at ang mga tupa ay kinatakutan ang pagkakaroon nito, at sa gayon ang mga tupa ay ibinalik ang mga tupa na iyon ay nahulog, at sila ay bumalik sa kanilang mga kulungan.

Inakay Ni Joshue Ang Mga Tao Sa Lupang Pangako

36 At nakita ko sa pangitain na ito hanggang sa ang mga tupa na iyon ay naging tao at nagtayo ng isang bahay para sa Panginoon ng Panginoon ng mga tupa, at inilagay ang lahat ng mga tupa sa bahay na iyon. 37 At nakita ko hanggang sa ang tupang ito na nakilala iyon tupa na inakay sila ay nakatulog: at nakita ko hanggang sa ang lahat ng mga dakilang tupa ay namatay at maliliit bumangon sa kanilang lugar, at nakarating sila sa isang pastulan, at lumapit sa isang agos ng tubig. 38 Tapos ang tupa na iyon, ang kanilang pinuno na naging tao, ay umiwas sa kanila at nakatulog, at lahat hinanap ito ng mga tupa at iniyakan ito ng malakas na iyak. 39 At nakita ko hanggang sa tumigil sila sa pag-iyak para sa tupa na iyon at tumawid sa daluyan ng tubig, at bumangon ang dalawang tupa bilang pinuno ng lugar ng mga na humantong sa kanila at nakatulog 40 At nakita ko hanggang ang mga tupa ay dumating sa isang magandang lugar, at isang kaaya-aya at maluwalhating lupain, at nakita ko hanggang sa ang mga tupa ay nasiyahan; at ang bahay na iyon ay nakatayo sa gitna nila sa kaibig-ibig na lupain. 41 At kung minsan ang kanilang mga mata ay nakabukas, at kung minsan ay

nabulag, hanggang sa isa pang tupa na bumangon at akayin sila at dinala silang lahat, at ang kanilang mga mata ay nakabukas.

Ang Mga Unang Hari Ng Israel

42 At ang mga aso at mga mabangis na aso at mga ligaw na halimaw ay nagsimulang ubusin ang mga tupa hanggang sa Panginoong ng mga tupa ay nagtaas ng isa pang tupa ng isang tupang lalake mula sa gitna nila, na siyang namuno sa kanila. 43 At ang tupang iyon nagsimulang hatiin sa magkabilang panig ang mga aso, mabangis na aso, at ligaw na baboy hanggang sa nawasak niya ang lahat. 44 At ang mga tupa na nakabukas ang mga mata ay nakita ang lalaking tupa, na nasa gitna ng mga tupa, hanggang dito ay pinabayaan ang kaluwalhatian nito at nagsimulang bastusin ang mga tupa, at yapakan sila, at kumilos ng hindi maganda. 45 At ang Panginoon ng mga tupa ay nagpadala ng kordero sa isa pang kordero at itinaas na maging isang tupa at pinuno ng mga tupa sa halip na tupa na tinalikuran ang kaluwalhatian. 46 At napunta ito rito at nagsalita mag-isa dito, at itinaas na maging isang tupang lalake, at ginawang prinsipe at pinuno ng mga tupa; ngunit sa panahon ng lahat ng mga bagay na ito ang mga aso ay pinighati ang mga tupa. 47 At ang unang tupa ay humabol ang pangalawang lalaking tupa, at ang pangalawang lalaking tupa na bumangon at tumakas sa harap nito;

at nakita ko hanggang sa hinila ang mga asong iyon pababa sa unang barakong tupa 48 At ang pangalawang lalaking tupa ay bumangon at pinangunahan ang maliit na mga tupa. At ang tupa na iyon ay nagkaanak ng maraming tupa at nakatulog; at isang maliit na tupa ang naging tupa na kahalili nito, at naging prinsipe at pinuno ng mga tupa. 49 "At ang mga tupang yaon ay lumago at dumami; nguni't lahat ng mga aso, at mga foong, at mga mabangis na baboy ay kinatakutan at tumakas sa harap nito, at ang tupang iyon ay nagpatayan at pinatay ang mga mabangis na hayop, at ang mga mabangis na hayop ay wala nang mas mahaba ang anumang kapangyarihan sa gitna ng mga tupa at ninakawan sila ng hindi dapat. 50 At ang bahay na iyon naging malaki at malawak, at ito ay itinayo para sa mga tupa: at ang isang moog na mataas at dakila ay itinayo sa bahay para sa Panginoon ng mga tupa, at ang bahay na iyon ay mababa, ngunit ang moog ay nakataas at matayog, at ang Panginoon ng mga tupa ay nakatayo sa moog na iyon at nag-alok sila ng isang buong hapag bago Siya.

Pinangunahan Ng Isang Bihag Ang Mga Tao

51 At muli kong nakita ang mga tupa na muli silang nagkamali at dumaan sa maraming mga daan, at pinabayaan iyon ang kanilang bahay, at ang Panginoon ng mga tupa ay tumawag ng ilan sa gitna ng mga tupa at ipinadala sila sa mga tupa, ngunit ang mga tupa ay nagsimulang pumatay sa kanila. 52 At isa sa kanila ay naligtas at hindi pinatay. at ito ay tumakbo palayo at sumigaw ng malakas tungkol sa mga tupa; at hinanap nila itong patayin, ngunit ang Panginoon ng iniligtas ito ng mga tupa mula sa mga tupa, at dinala ito sa akin, at pinananahanan doon. 53 At maraming iba pang mga tupa ang isinugo Niya sa mga tupa na iyon upang magpatotoo sa kanila at maghoy dahil sa kanila. 54 At pagkaraan niyan ay nakita ko na na kanilang pinabayaan ang bahay ng Panginoon at ang Kanyang moog ay sila ay nahulog ganap, at ang kanilang mga mata ay nabulag; at nakita ko ang Panginoon ng mga tupa kung paano Niya nagawa nang husto pagpatay sa gitna nila sa kanilang mga kawan hanggang sa inanyayahan ng mga tupa ang pagpatay na iyon at ipinagkanulo ang Kanya lugar 55 At ibinigay niya sila sa mga kamay ng mga leon at tigre, at mga lobo at mga hyena, at sa kamay ng mga

asong gubat, at sa lahat ng mga mabangis na hayop, at ang mga mabangis na hayop ay nagsimulang mangupit piraso ang mga tupa. 56 At nakita kong pinabayaan Niya ang kanilang bahay at kanilang tore at ibinigay sa kanila lahat sa kamay ng mga leon, upang pilasin at lamunin sila, sa kamay ng lahat ng mga mabangis na hayop. 57 "At nagsimula akong umiyak ng malakas sa aking buong lakas, at upang mag-apila sa Panginoon ng mga tupa, at sa kumakatawan sa Kanya patungkol sa mga tupa na sila ay kinain ng lahat ng mga mabangis na hayop. 58 Ngunit Siya nanatiling hindi gumagalaw, kahit na nakita Niya ito, at nagalak na sila ay nilamon at napalunok at ninakawan, at iniwan sila upang lamunin sa kamay ng lahat ng mga hayop.

Ang Panahon Ng Pitumpung Pastol

59 At tinawag Niya ang pitumpung pastol, at inihagis sa kanila ang mga tupa upang sila ay makinaon sila, at sinabi Niya sa mga pastol at kanilang mga kasamahan: "Hayaan ang bawat isa sa inyo pastulan ang mga tupa mula ngayon, at lahat ng iuutos ko sa inyo na inyong ginagawa. 60 At ako at ibibigay sila sa iyo sa makatuwid na bilang, at sasabihin sa iyo kung alin sa kanila ang papatayin - at sila ay lilipulin. "At ibinigay niya sa kanila ang mga tupa. 61 "At tumawag siya sa isa pa at nagsalita sa kanya: 'Pagmasdan at markahan ang lahat na ang gagawin ng mga pastol sa mga tupa; sapagkat mas masisira sila sa kanila kaysa sa iniutos ko sila. 62 At ang bawat labis at pagkawasak na gagawin sa pamamagitan ng mga pastol, itala kung gaano karami ang kanilang winawasak alinsunod sa aking utos, at kung ilan ayon sa kanilang sariling palagay: itala laban sa bawat indibidwal na pastol ang lahat ng pagkawasak na kanyang epekto. 63 At basahin sa harap ko sa pamamagitan ng bilang kung ilan ang kanilang nawasak, at kung ilan ang naihatid nila pagkawasak, upang magkaroon ako nito bilang patotoo laban sa kanila, at malaman ang bawa't gawa ng mga pastol, upang aking maunawaan at makita

kung ano ang kanilang ginagawa, kung susundin nila o hindi ang aking utos na iniutos ko sa kanila. 64 Ngunit hindi nila malalaman ito, at hindi mo malalaman ideklara ito sa kanila, o payuhan sila, ngunit itala lamang laban sa bawat indibidwal ang lahat pagkawasak na ginagawa ng mga pastol bawat isa sa kanyang panahon at inilalagay ang lahat sa aking harapan. ' 65 "At nakita ko hanggang sa ang mga pastol na iyon ay nagpapastol sa kanilang panahon, at nagsimula silang pumatay at masira ang higit sa inanyayahan sa kanila, at kanilang ibinigay ang mga tupa sa kamay ng mga leon. 66 At ang mga leon at tigre ay kumakain at nilamon ang higit na bahagi ng mga tupa, at ang mga ligaw na mabangis na hayop ay kumain kasama sila; at sinunog nila ang moog na iyon at winawasak ang bahay na iyon. 67 "At ako ay naging labis na nalungkot sa tore na iyon sapagkat ang bahay ng mga tupa ay nawasak, at pagkatapos ay hindi ko makita kung ang mga tupa ay pumasok sa bahay na iyon. 68 At ang mga pastol at ang kanilang mga kasamahan ay naghahatid ng mga tupa sa lahat ng mga mabangis na hayop, upang lunukin sila, at ang bawat isa sa kanila ay nakatanggap sa kanyang oras ng isang tiyak na bilang: ito ay isinulat ng isa pa sa isang libro kung ilan sa bawat isa sa kanila ang nawasak sa kanila. 69 At ang bawat isa ay pumatay at nawasak marami pa kaysa sa inireseta; at nagsimula akong umiyak at tumaghoy dahil sa mga tupa. 70 At sa ganito sa pangitain ay nakita ko ang isa na sumulat, kung paano niya isinulat ang bawat isa na nawasak ng mga pastol na iyon, araw-araw, at dinala at inilatag at ipinakita talaga ang buong aklat sa Panginoon ng mga tupa - maging ang lahat na kanilang ginawa, at lahat ng bawat isa ang isa sa kanila ay tinanggal, at ang lahat na kanilang ibinigay sa pagkawasak. 71 At ang libro ay binasa sa harap ng Panginoon ng mga tupa, at kinuha niya ang aklat mula sa kanyang kamay at binasa ito at tinatakan ito at inilapag. 72 "At kaagad kong nakita kung paanong ang pastol ay nagpapastol sa loob ng labindalawang oras, at narito ang tatlo sa mga iyon tupa ay bumalik at dumating at pumasok at nagsimulang buuin ang lahat ng nahulog doon bahay; ngunit sinubukan ng mga ligaw na boar na hadlangan sila, ngunit hindi nila nagawa. 73 At nagsimula ulit sila upang maitayo tulad ng dati, at kanilang itinayo ang moog na iyon, at ito ay pinangalanang mataas na moog; at sila nagsimulang maglagay ulit ng isang mesa sa harap ng tore, ngunit ang lahat ng tinapay dito ay nadumhan at hindi dalisay. 74 At tungkol sa lahat ng ito ang mga mata ng mga tupa ay nabulag upang hindi nila makita, at ang mga mata ng kanilang mga pastol din; at kanilang dinala sila sa maraming bilang sa kanilang mga pastol para sa pagkawasak, at kanilang yapakan ang mga tupa ng kanilang mga paa at kanilang kinain. 75 At ang Panginoon ng mga tupa ay nanatiling hindi gumalaw hanggang sa ang lahat ng mga tupa ay nagkalat sa bukid at nahalo kasama nila, at hindi nila iniligtas sila mula sa kamay ng mga hayop. 76 "At ito na sumulat ng libro ay dinala, at ipinakita at binasa ito sa harap ng Panginoon ng mga tupa, at nagsumamo sa Kanya sa kanilang panig, upang ipakita sa Kanya ang lahat ng mga ginagawa ng mga pastol, at nagpatotoo sa harap Niya laban sa lahat ng mga pastol. 77 "At kinuha niya ang tunay na libro at inilapag sa tabi Niya at umalis." 90 "At nakita ko hanggang sa ganito ang paraan tatlumpu't limang pastol ang nagsagawa ng pastulan ng tupa, at hiwalay nilang natapos ang kanilang mga panahon tulad ng ginawa sa una; at tinanggap sila ng iba sa kanilang mga kamay, upang pastulan sila para sa kanilang panahon, bawat pastol sa kanyang sariling panahon. 2 "At pagkatapos nito ay nakita ko sa aking pangitain ang lahat ng mga ibon ng langit na paparating, ang mga agila, mga buwitre, ang mga kite, ang mga uwak; ngunit pinangunahan ng mga agila ang lahat ng mga ibon; at sinimulan nilang ubusin ang mga tupa na iyon, at sa kunin ang kanilang mga mata at upang kainin ang kanilang laman. 3 At ang mga tupa ay sumigaw sapagkat ang kanilang laman ay nilamon ng mga ibon, at tungkol sa akin ay tumingin ako at humagulhol sa aking pagtulog dahil doon pastol na pastulan ang mga tupa. 4 "At nakita ko hanggang ang mga tupa na iyon ay kinain ng mga aso at agila, at sila ay umalis alinman sa laman o balat o mga ugat na natitira sa kanila hanggang sa ang kanilang mga buto lamang ang tumayo roon: at ang kanilang ang mga buto ay nahulog din sa lupa at ang mga tupa ay naging kaunti. 5 "At nakita ko hanggang sa dalawampu't tatlo ang nagsagawa ng pastulan at nakumpleto sa kanilang ilan panahon na limampu't walong beses.

6 "Ngunit masdan ang mga kordero ay dinala ng mga puting tupa, at nagsimula silang buksan ang kanilang mga mata at kay tingnan mo, at upang umiyak sa mga

tupa. 7 Oo, sila ay sumigaw sa kanila, nguni't hindi nila pinakinggan ang kanilang sinabi Sinabi sa kanila, ngunit labis na nabingi, at ang kanilang mga mata ay labis na nabulag. 8 At ako nakita sa pangitain kung paano lumipad ang mga uwak sa mga kordero at kinuha ang isa sa mga kordero, at dinurog ang mga tupa at nilamon. 9 At nakita ko hanggang sa lumaki ang mga sungay sa mga batang kordero at ibinagsak ng mga uwak ang kanilang mga sungay; at nakita ko hanggang doon ay sumibol ang isang malaking sungay ng isa sa mga iyon tupa, at ang kanilang mga mata ay nakabukas.

10 "At tumingin ito sa kanila at ang kanilang mga mata ay nakabukas, at sumigaw sa mga tupa, at nakita ito ng mga tupang lalake at tumakbo ang lahat dito. 11 At sa kabila ng lahat ng ito ang mga agila at buwitre at uwak at kagat Patuloy na pinupunit ang mga tupa at sinubsob sa kanila at nilalamon sila: ang mga tupa pa rin nanatiling tahimik, ngunit ang mga tupang lalaki ay humagulhol at sumigaw. 12 At ang mga uwak ay nakipaglaban at nakikipaglaban kasama nito at hinanap na ibagsak ang sungay nito, ngunit wala silang kapangyarihan sa ibabaw nito.13 At nakita ko hanggang sa mga pastol at agila at ang mga buwitre at kites ay dumating, at sumigaw sila sa mga uwak na dapat nilang basagin ang sungay ng lalaking tupa, at sila ay nakipaglaban at nakipaglaban dito, at nakikipaglaban ito sila at umiyak na dumating ang tulong nito.

Ang Pagtatapos Ng Panahon

14 "At nakita ko hanggang sa taong iyon, na sumulat ng mga pangalan ng mga pastol at dinala hanggang sa presensya ng Panginoon ng mga tupa ay dumating at tinulungan ito at ipinakita ang lahat: siya ay dumating pababa para sa tulong ng lalaking tupa. 15 "At nakita ko hanggang ang Panginoon ng mga tupa ay dumating sa kanila sa galit, at lahat ng nakakita sa kaniya ay tumakas, at silang lahat ay nahulog sa Kanyang anino mula sa harapan Niya. 16 Lahat ng mga agila at buwitre at uwak at ang mga saranggola ay natipon, at sumama sa kanila ang lahat ng mga tupa sa parang, oo, silang lahat ay nagsama, at nagtulong sa bawat isa na putulin ang sungay ng tupa. 17 At nakita ko ang taong yaon, na sumulat ng aklat alinsunod sa utos ng Panginoon, hanggang sa siya binuksan ang aklat na iyon tungkol sa pagkawasak na ginawa ng labindalawang huling pastol na iyon, at ipinakita na nasira nila ang higit pa sa kanilang mga hinalinhan, sa harap ng Panginoon ng mga tupa. 18 "At nakita ko hanggang ang Panginoon ng mga tupa ay dumating sa kanila at inako ang kamay niya ay galit, at sinaktan ang lupa, at ang lupa ay nagkawatak, at ang lahat ng mga hayop at lahat ng mga ibon ng langit ay nahulog mula sa mga tupa, at nilamon sa lupa at natakpan sila. 19 At nakita ko hanggang sa isang malaking tabak ay

naibigay sa mga tupa, at ang mga tupa ay lumalaban laban sa buong mga hayop sa parang upang patayin sila, at lahat ng mga hayop at mga ibon ng langit ay tumakas sa harap nila mukha.

Ang Huling Paghuhukom

20 At nakita ko hanggang sa isang trono ay maitayo sa kaayaayang lupain, at ang Panginoon ng mga tupa ay nakaupo Ang kanyang sarili doon, at ang iba ay kumuha ng mga tinatakan na libro at binuksan ang mga librong iyon sa harap ng Panginoon ng mga tupa. 21 At tinawag ng Panginoon ang mga lalaking yaon sa pito na unang maputi, at iniutos na kanilang gawin dalhin sa harap Niya, na nagsisimula sa unang bituin na humantong sa daan, lahat ng mga bituin na ang lihim ang mga kasapi ay tulad ng mga kabayo, at dinala nilang lahat sa Kanya. 22 "At sinabi Niya sa lalaking sumulat sa harap Niya, na isa sa pitong maputi, at sinabi sa kaniya: Kunin mo ang pitumpung mga pastol na pinagbigyan ko ng mga tupa, at kinukuha sila sa kanilang sariling awtoridad ay pumatay ng higit pa sa iniutos ko sa kanila. ' 23 "At, narito, silang lahat ay nakagapos, nakita ko, at silang lahat ay nakatayo sa harap niya. 24 At ang paghuhukom ang unang gaganapin sa mga bituin, at sila ay hinusgahan at napatunayang nagkasala, at nagtungo sa lugar ng pagkondena, at sila ay itinapon sa isang bangin, na puno ng apoy at nagliliyab, at puno ng mga haligi ng apoy.

25 At ang pitumpung pastol na iyon ay hinatulan at napatunayang nagkasala, at sila ay itinapon doon

maalab na bangin. At nakita ko sa oras na iyon kung paano ang isang katulad na bangin ay nabuksan sa gitna ng lupa, na puno ng apoy, at dinala nila ang mga binulag na tupa, at silang lahat ay hinatulan at napatunayang nagkasala at ihagis sa maalab na kailaliman, at nagsunog sila; Ngayon ang kailaliman na ito ay nasa kanan ng bahay na iyon. 27 At ako nakita ang mga tupa na nasusunog at ang kanilang mga buto ay nasusunog. 28 At tumayo ako upang tingnan hanggang sa natiklop nila ang matandang bahay; at dinala ang lahat ng mga haligi, at lahat ng mga poste at burloloy ng bahay ay sabay na nakatiklop kasama nito, at sila ay dinala at inilagay sa isang lugar sa timog ng lupain.

29 At nakita ko hanggang sa ang Panginoon ng mga tupa ay magdala ng isang bagong bahay na higit na mataas at mataas kaysa sa una, at itinayo sa lugar ng una na nakatiklop: lahat ng mga haligi niyaon ay bago, at ang mga yaon ang mga burloloy ay bago at mas malaki kaysa sa nauna, ang luma na kinuha Niya, at lahat ng mga tupa ay nasa loob niyaon. 30 At nakita ko ang lahat ng mga tupa na naiwan, at ang lahat ng mga hayop sa lupa, at ang lahat ng mga ibon ng langit, bumagsak at gumagalang sa mga tupa at gumagawa ng petisyon sa at pagsunod sa kanila sa bawat bagay. 31 "At pagkaraan ng tatlong iyon na nakasuot ng puti at hinawakan ako sa aking kamay na kinuha ako bago, at ang kamay ng lalaking tupa na inaagaw din ako, dinala nila ako at ilapag ako sa gitna ng paghatol. Ang mga Pagpalang darating tupa na iyon bago maganap ang 32

At ang mga tupa na iyon ay maputi, at ang kanilang lana ay masagana at malinis.

33 At lahat ng mayroon ay nawasak at nagkalat, at lahat ng mga hayop sa parang, at lahat ng mga ibon sa langit, nagtipon sa bahay na iyon, at ang Panginoon ng mga tupa ay nagalak sa labis na kagalakan sapagkat sila ay lahat mabuti at nakabalik sa Kanyang bahay. 34 At nakita ko hanggang sa mailapag nila ang tabak na iyon, na mayroon ay ibinigay sa mga tupa, at dinala nila ito pabalik sa bahay, at tinatakan sa harap ng presensya ng Panginoon, at lahat ng mga tupa ay inanyayahan sa bahay na iyon, ngunit hindi nila ito hinawakan. 35 At ang kanilang mga mata ay nakabukas, at kanilang nakita ang mabuti, at walang isa sa kanila hindi iyon nakita. 36 At nakita ko na ang bahay na iyon ay malaki at malawak at puno.

Ang Kapanganakan Ng Mesiyas

37 At nakita ko na ipinanganak ang isang puting toro, na may malalaking sungay, at lahat ng mga hayop sa parang at lahat ang mga ibon ng himpapawid ay kinatakutan siya at laging nagsumamo ng petisyon sa kanya. 38 At nakita ko hanggang sa kanilang lahat ang mga henerasyon ay nabago, at lahat sila ay naging puting toro; at ang una sa kanila naging kordero, at ang kordero na iyon ay naging isang dakilang hayop at may malaking itim na sungay sa ulo nito; at ang Panginoon ng mga tupa ay nagalak dito at sa lahat ng mga baka. 39 At ako ay natulog sa gitna nila: at nagising ako at nakita ko ang lahat.

Umiyak Si Enok Sa Pangitain Na Nakita Niya

40 "Ito ang pangitain na nakita ko habang natutulog ako, at nagising ako at binasbasan ko ang Panginoon ng katuwiran at binigyan Siya ng kaluwalhatian. 41 Tapos umiyak ako ng malakas na iyak at hindi tumigil ang aking luha hanggang sa hindi ko na matiis ito: nang makita ko, dumaloy sila dahil sa aking nakita; para sa lahat ay darating at matutupad, at ang lahat ng mga gawa ng tao ayon sa kanilang pagkakasunud-sunod ay ipinakita sa akin. 42 "Sa gabing iyon naalala ko ang unang panaginip, at dahil dito ay umiyak ako at naguluhan dahil sa nakita ko ang pangitain na iyon."

Ang Sulat ni Enok

"Ang Espiritu Ay Ibinuhos Sa Akin"

91 "At ngayon, aking anak na si Matusalem, tawagan mo sa akin ang lahat ng iyong mga kapatid. At tipunin mo sa akin ang lahat ng mga anak na lalake ng iyong ina; Para sa salitang tumatawag sa akin, At ang espiritu ay ibinuhos sa akin, Na maipakita ko sa iyo ang lahat ng Ito ay darating sa iyo magpakailanman."

Ang Tipan Ni Enok

2 Nang magkagayo'y yumaon si Matusalem, at ipinatawag sa kaniya ang lahat ng kaniyang mga kapatid, at tinipon ang kaniya kamag-anak. 3 At nagsalita siya sa lahat ng mga anak ng katuwiran at sinabi: "Pakinggan ninyong mga anak ni Enok, ang lahat ng mga salita ng inyong ama, At makinig ng matuwid sa tinig ng aking bibig; apagka't pinayuhan ko kayo at sinasabi sa inyo, mga minamahal:

Isang Payo Sa Katuwiran

4 "Mahalin ang katuwiran at lumakad doon.At huwag lumapit sa katuwiran na may dalwang puso, At hindi makihalubilo sa mga taong mapusok at pabago-bago ang isip, "Ngunit lumakad kayo sa katuwiran, mga anak ko. At gagabayan ka nito sa mabubuting landas, At ang katuwiran ang inyong makakasama.

Ang Unang Hatol Ng Daigdig Ay Baha

5 "Sapagkat alam ko na ang karahasan ay dapat na tumaas sa mundo, At ang isang malaking kaparusahan ay naisakatuparan sa lupa, At ang lahat ng kalikuan ay natapos:

"Oo, ito ay maputol mula sa mga ugat nito, At ang buong istraktura nito ay nawasak."

Tulad Ng Sa Mga Araw Ni Noe...

6 "At ang kawalang-katarungan ay muling magugunaw sa mundo, At lahat ng mga gawa ng kalikuan at karahasan at ang paglabag ay mananaig sa dalawahang antas. 7 "At kung kailan ang kasalanan at kawalan ng katarungan at kalapastanganan At ang karahasan sa lahat ng uri ng gawa ay dumarami, at ang pagtalikod at ang pagsalansang at ang karumihan ay tumataas, ang Huling Paghuhukom ng Daigdig ay nasa kalooban ng Diyos "Isang malaking parusa ang darating mula sa langit sa lahat ng mga ito, At ang banal na Panginoon ay lalabas na may poot at pagkastigo Upang maisagawa ang paghuhukom sa mundo.

8 "Sa mga araw na yaon ang karahasan ay maputol mula sa mga ugat nito, At ang mga ugat ng kawalang katarungan kasama ng dalawa at sila ay mawawasak mula sa ilalim ng langit. 9 At ang lahat ng mga diosdiosan ng mga bansa ay maiiwan, At ang mga templo ay sinunog ng apoy, at kanilang aalisin sila mula sa buong lupa, "At sila ay itatapon sa paghatol ng apoy, at mawawala sa poot at sa mabibigat na paghuhukom magpakailanman.

Ang Matuwid Ay Babangon Muli Sa Pagkahimlay

10 At ang matuwid ay babangon mula sa kanilang pagtulog, at ang karunungan ay babangon at ibibigay sa kanila. 11 "At pagkatapos na ang mga ugat ng kawalang-katarungan ay mapuputol, at ang mga makasalanan ay magiging nawasak sa pamamagitan ng tabak ay ihihiwalay mula sa mga manlalait sa lahat ng dako, at yaong magplano ng karahasan at yaong gumawa ng kalapastanganan ay mapapahamak sa pamamagitan ng tabak.

Ang Propesiya Ng Mga Araw Unang Linggo: Panahon Ni Enok

3 At nagsimulang magsalaysay si Enok mula sa mga libro at sinabi:"Ipinanganak ako sa ikapito sa unang linggo, habang ang paghuhusga at katuwiran ay nagtitiis pa rin."

Ikalawang Linggo: Oras Ni Noe At Ang Baha

4 At pagkatapos sa akin ay babangon sa ikalawang linggo ang malaking kasamaan, at ang pandaraya ay sasimulan; At doon ay magkakaroon ng unang wakas. "At dito ay maliligtas ang isang tao; At pagkatapos na magwakas ang kalikuan ay lalago, At isang batas ay gagawin para sa mga makasalanan."

Ikatlong Linggo: Si Abraham Ay Itinaas

5 At pagkatapos nito sa ikatlong linggo sa pagtatapos nito

Ang isang tao ay hahalal bilang halaman ng matuwid na paghuhukom,

At ang kanyang salinlahi ay magiging halaman ng katuwiran magpakailanman.

Ika-Apat Na Linggo: Ang Batas Ni Moises At Ang Tabernakulo

6 At pagkatapos nito sa ikaapat na linggo, sa pagtatapos nito, ang mga pangitain ng banal at matuwid ay makikita, at isang batas para sa lahat ng mga henerasyon at isang enclosure ay gagawin para sa kanila.

Ikalimang Linggo: Ang Templo Ni Solomon

7 At pagkatapos nito sa ikalimang linggo, sa pagtatapos nito, ang bahay ng kaluwalhatian at kapangyarihan ay itatayo magpakailanman.

Ikaanim Na Linggo: Pagtalikod At Pagkawasak Ng Templo

8 At pagkatapos nito sa ikaanim na linggo ang lahat na naninirahan dito ay mabubulag. At ang mga puso ng kanilang lahat ay walang kabuluhan na iiwan ng karunungan. "At sa loob nito ay aakyat ang isang tao; At sa pagtatapos nito, ang bahay ng kapangyarihan ay susunugin ng apoy, At ang buong lahi ng napiling Hari ay magkakalat."

Ikapitong Linggo: Ang Kaligtasan Ng Israel!

9 At pagkatapos nito sa ikapitong linggo ay babangon ang isang salinlahi , at maraming magiging mga gawa nito, at lahat ng mga gawa nito ay tatalikod. 10 "At sa pagtatapos nito ay ihahalal ang mga hinirang na matuwid ng walang hanggang katuwiran , upang makatanggap ng pitong ulit na tagubilin patungkol sa lahat ng Kanyang nilikha.

Walong Linggo: Ang Kaharian Ng Tagapag-Ligtas

12 "At pagkatapos nito ay magkakaroon pa ng isa, sa ikawalong linggo, ng katuwiran, At isang tabak ay ibibigay sa kaniya upang ang matuwid na paghuhukom ay maisakatuparan sa mga mapang-api, at ang mga makasalanan ay ibibigay sa kamay ng matuwid . 13 At sa pagtatapos nito ay makakakuha sila ng mga bahay sa pamamagitan ng kanilang katuwiran, at isang bahay ay itatayo para sa Dakilang Hari sa kaluwalhatian magpakailanman.

Ika-Siyam Na Linggo: Ang Mahusay Na Puting Puting Trono

14 "At pagkatapos nito, sa ikasiyam na linggo, Ang matuwid na paghuhukom ay ihahayag sa buong mundo, at lahat ng mga gawa ng walang dios ay mawawala sa buong lupa, at ang mundo ay isusulat para sa pagkawasak. At ang buong sangkatauhan ay titingin sa landas ng katuwiran.

Sampung Linggo: Ang Bagong Langit At Bagong Daigdig

At pagkatapos nito, sa ikasangpung linggo sa ikapitong bahagi, magkakaroon ng dakilang walang hanggang paghuhukom, kung saan gagawin Niya ang paghihiganti sa gitna ng mga anghel.

16 At ang unang langit ay aalis at lilipas, at lalabas ang isang bagong langit, at ang lahat ng mga kapangyarihan ng langit ay magbibigay pitong ulit na ilaw.

Rafael M. Juvida

Ang Walang-Hanggang Utos

17 At pagkatapos nito ay maraming mga linggo na walang bilang magpakailanman, at ang lahat ay magiging sa kabutihan at katuwiran, at ang kasalanan ay hindi na mababanggit magpakailanman. 18 "At ngayon sinasabi ko sa iyo, mga anak ko, at ipinakikita ko sa iyo ang mga landas ng katuwiran at mga landas ng karahasan. Oo, ipapakita ko ulit sa kanila upang inyong maalaman kung ano ang mangyayari. 19 At ngayon, makinig kayo sa akin, aking mga anak, at lumakad sa mga landas ng katuwiran, at huwag lumakad sa mga landas ng karahasan; Sapagkat ang lahat na lumalakad sa mga landas ng kalikuan ay mawawala magpakailanman.

Ang Librong Isinulat Ni Enok

Si Enok ay talagang nagsulat ng kumpletong doktrina ng karunungang mula sa Panginoon, na pinupuri ng lahat ng mga tao at isang hukom ng buong mundo para sa lahat ng aking mga anak na tatahan sa mundo. At para sa mga susunod na salinlahi na susundin ang katuwiran at kapayapaan. 2 Huwag guluhin ang iyong espiritu sa mga darating pang panahon; sapagkat ang Banal at Dakila ay nagtalaga ng mga araw para sa lahat ng mga bagay.

Nagtagumpay Ang Panginoon Laban Sa Kamatayan

3 At ang Matuwid ay bumangon mula sa pagtulog, babangon at lalakad sa mga landas ng katuwiran, at ang lahat ng kanyang landas at pag-uusap ay magiging sa walang hanggang kabutihan at biyaya. 4 Siya ay magiging mapagbiyaya sa matuwid at bibigyan siya ng katuwiran na walang hanggan. At bibigyan Niya siya ng kapangyarihan upang siya ay pagkalooban ng kabutihan at katuwiran, at siya ay lalakad sa walang hanggang ilaw. 5 At ang kasalanan ay mawawala sa kadiliman magpakailanman, at hindi na makikita mula sa araw na yaon magpakailanman.

93 At pagkatapos nito ay kapwa nagbigay si Enok at nagsimulang magsalaysay mula sa mga libro. 2 At sinabi ni Enok: "Tungkol sa mga anak ng katuwiran at tungkol sa mga hinirang ng sanglibutan, at tungkol sa halaman ng katuwiran, sasabihin ko ang mga bagay na ito, Oo, ako si Enok ay ipahayag ang mga ito sa iyo, aking mga anak. "Ayon sa naipakita sa akin sa makalangit na pangitain, at aking nalalaman sa pamamagitan ng salita ng mga banal na anghel, at natutunan mula sa mga tabletang mula sa langit "

Sino Ang Makakatulad Sa Diyos?

11 Sapagka't sino sa lahat ng mga anak ng mga tao na makakarinig ng tinig ng Banal? nang hindi nabagabag? At sino ang maaaring mag-isip ng Kanyang mga saloobin? at sino ang nandoon na makakakita sa lahat ang mga gawa ng langit?

12 At paano magkakaroon ng isang makakakita sa langit, at kung sino doon na maaaring maunawaan ang mga bagay ng langit at makita ang isang kaluluwa o isang espiritu at maaaring sabihin dito, o umakyat at makita ang lahat ng kanilang mga dulo at isipin ang mga ito o gusto ang mga ito? 13 At sino ang taga-lahat ng mga tao na maaaring malaman kung ano ang lawak at ang haba ng mundo, at kanino napunta at ipinakita ang sukat ng kanilang lahat? 14 O mayroon bang sinumang makakilala sa haba ng langit at kung gaano kadakila ang taas nito, at sa kung ano ito itinatag, at gaano kadami ang bilang ng mga bituin, at saan nakasalalay ang lahat ng mga ilaw?"

Karagdagang Payo Sa Katuwiran

94 At ngayon sinasabi ko sa inyo, aking mga anak, ibigin ang katuwiran at lumakad doon; Sapagka't ang mga landas ng katuwiran ay karapat-dapat tanggapin, ngunit ang mga landas ng kalikuan ay biglang mawawasak at mawawala. 2 At sa ilang mga tao sa isang salinlahi ay mahahayag ang mga landas ng karahasan at ng kamatayan, at kanilang lalayo sa kanila, at hindi susundan ang mga ito. 3 At ngayon sinasabi ko sa iyo ang matuwid: Huwag lumakad sa mga landas ng kasamaan, o sa mga landas ng kamatayan, at huwag lumapit sa kanila, baka kayo ay mapahamak.

Ang Pakpak Ng Agila

2 At sa araw ng pagdurusa ng mga makasalanan, ang iyong mga anak ay tatayo at babangon na parang mga agila, at mas mataas kaysa sa mga buwitre ang iyong pugad, at kayo ay aakyat at papasok sa mga daanan ng mundo, at ang mga gulong ng bato magpakailanman na parang mga hugos sa harap ng mga hindi matuwid, at ang mga sirena ay magbubuntong hininga dahil sa iyo at iiyak.

3 Kaya't huwag matakot, kayong naghirap; Sapagka't ang pagpapagaling ay iyong bahagi, at isang maliwanag na ilaw ang magpapaliwanag sa iyo, at ang tinig ng kapahingahan ay iyong maririnig mula sa langit.

Ang Makasalanan

4 Sa tindi ng paghihirap ninyo, kayong mga makasalanan, dahil sa inyong kayamanan ay pinapakita kayo na parang matuwid, ngunit pinipintasan ka ng sarili mong puso na ikaw ay makasalanan dahil ikaw ang nakakaalam nito, at ang katotohanang ito ay magiging patotoo laban sa iyo para sa alaala ng iyong mga masamang gawa. Sa aba mo na lumalamon ng pinakamagaling na trigo, at uminom ng alak sa malalaking mangkok, at yapakan ang mababa sa iyong lakas. 6 Alam sa iyo na umiinom ng tubig mula sa bawat bukal, sapagka't bigla kang malipol at matutuyo at inyong pinabayaan ang bukal ng buhay. 7 Sa aba mo na gumagawa ng kalikuan, panloloko at kalapastanganan: Ito ay magiging isang alaala laban sa iyo para sa kasamaan. 8 Alam mo, kayong makapangyarihan, sinong may maaaring magpahirap sa matuwid; sapagka't darating ang araw ng iyong pagkawasak.

Ang Darating Na Katagumpayan Ng Tapat

Sa mga araw na iyon marami at mabubuting araw ay darating sa matuwid- sa araw ng iyong paghatol 97 Maniwala kayo, kayong matuwid, na ang mga makasalanan ay magiging isang kahihiyan at mapahamak sa araw ng kalikuan. 2 Ipaalam sa inyo, kayong mga makasalanan, na ang Kataastaasan ay maalaala sa inyong pagkawasak, at ang mga anghel ng langit ay nagagalak sa iyong pagkawasak. 3 Ano ang inyong gagawin, kayong mga makasalanan, at saan kayo tatakas sa araw ng paghuhukom, kapag naririnig mo ang tinig ng dasal ng matuwid? 4 Oo, kayo ay mamamatay katulad nila, laban kanino ang salitang ito ay magiging patotoo: "Kayo ay naging kasama ng mga makasalanan." 5 At sa mga araw na yaon ang panalangin ng matuwid ay makakarating sa Panginoon, at para sa iyo ay darating ang mga araw ng iyong paghuhukom. 6 At ang lahat ng mga salita ng iyong kalikutan ay babasahin sa harap ng Dakilang Banal, at ang iyong mga mukha ay matatakpan ng kahihiyan, at tatanggihan Niya ang bawat gawain na nakabatay sa kawalan ng katarungan. 7 Sa aba ninyo, kayong mga makasalanan, na naninirahan sa kalagitnaan ng dagat at sa tuyong lupa, kaninong pagalaala ay masama laban sa iyo. 8 Alam sa iyo na nakakakuha ng pilak at ginto sa kalikuan at nagsasabi: "Kami ay yumaman ng mga kayamanan at may mga pag-aari; at nakuha ang lahat ng aming ninanais. 9 "At ngayon ay gawin natin ang ating pakay: Sapagka't nagtipon kami ng pilak, at marami ang mga magsasaka sa aming mga bahay. At ang aming mga kamalig ay puno na parang tubig. " 10 Oo at parang tubig ang iyong mga kasinungalingan ay aalis; sapagka't ang iyong kayamanan ay hindi mananatili, ngunit mabilis na umakyat mula sa iyo; sapagka't inyong nakuha ang lahat sa kalikuan, at kayo ay ibibigay sa isang malaking sumpa. 98 At ngayon nanunumpa ako sa iyo, sa pantas at sa hangal, sapagka't kayo ay magkakaroon ng magkakaibang karanasan sa mundo.

Propesiya Tungkol Sa Mga Homosekswal

2 Sapagkat kayong mga lalake ay magsusuot ng higit na mga adorno kaysa sa isang babae, at may kulay na mga damit na higit pa sa isang birhen: Sa pagkahari at sa kadakilaan at sa kapangyarihan, At sa pilak at sa ginto at lila, At sa karangyaan at sa pagkain ay ibubuhos na parang tubig.

3 Samakatuwid sila ay magkukulang sa doktrina at karunungan, At sila ay mapapahamak doon kasama ang kanilang mga pag-aari; At sa kanilang buong kaluwalhatian at kanilang karangalan, At sa kahihiyan at sa patayan at sa labis na kakulangan, Ang kanilang mga espiritu ay itatapon sa pugon ng apoy.

4 Sumumpa ako sa inyo, kayong mga makasalanan, na parang ang bundok ay hindi naging alipin, At ang burol ay hindi magiging alipin ng babae, Gayon din ang kasalanan ay hindi naipadala sa lupa, Ngunit ang tao ng kanyang sarili ang lumikha nito, At sa ilalim ng isang malaking sumpa ay mahuhulog sila na gumawa nito.

5 At ang baog ay hindi ibinigay sa babae, Ngunit dahil sa mga gawa ng kanyang sariling mga kamay namatay siya nang walang mga anak.6 Nanumpa ako sa inyo,

kayong mga makasalanan, sa pamamagitan ng Banal na Dakila, na ang lahat ng iyong masasamang gawa ay nahayag sa langit, At na wala sa iyong mga gawa ng pang-aapi ang natatakpan at nakatago.

At huwag isiping sa iyong espiritu o sabihin sa iyong puso na hindi mo alam at hindi mo nakikita na ang bawat kasalanan ay naitala sa araw-araw sa langit sa presensya ng Kataas-taasan. 8 Mula sa ngayon ay nalalaman mo na ang lahat ng iyong pang-aapi na iyong pinahihirapan ay nakasulat araw-araw hanggang sa araw ng iyong paghatol.

Ang Darating Na Araw Ng Kapighatian

9 Sa aba ninyo, kayong mga mangmang, sapagka't sa pamamagitan ng inyong kamangmangan ay malilipol kayo: at kayo'y lumalabag laban sa pantas, at sa gayon magandang hap ay hindi magiging iyong bahagi. 10 At ngayon, alamin na kayo ay handa para sa araw ng pagkawasak: samakatuwid huwag umasa na mabuhay, kayong mga makasalanan, ngunit kayo ay aalis at mamamatay; para sa iyo ito ay walang alam nang pantubos; sapagkat kayo ay handa para sa araw ng dakilang paghuhukom, para sa araw ng kapighatian at matinding kahihiyan para sa inyong mga espiritu. 11 Alam sa iyo, kayong matigas ang puso, na gumagawa ng kasamaan at kumakain ng dugo: Saan kayo nanggaling magagandang bagay na makakain at maiinom at mabubusog? Mula sa lahat ng mabubuting bagay na kung saan ang Panginoon ng Kataastaasan ay naglagay ng kasaganaan sa lupa; samakatuwid hindi kayo magkakaroon ng kapayapaan. Sa aba mo na umiibig ng mga gawa ng kalikuan: samakatuwid ay umaasa ka na may mabuting mangyari sayo? Alamin na ikaw ay ibibigay sa mga kamay ng matuwid, at sila ay tatangis mula sa iyong leeg at mawawasak ka, at wala nang awa ang matitira sa iyo. 13 Kayong

magagalak sa gitna ng kapighatian ang matuwid; sapagka't walang libingan na mahuhukay para sa iyo. 14 Sa aba mo na pinagsasabihan ang mga salita ng matuwid; sapagkat wala kang pag-asa sa buhay. 15 Alam sa iyo na nagsusulat ng mga salungat at masasama na mga salita; sapagkat isinusulat nila ang kanilang mga kasinungalingan na mga tao maaaring marinig sila at kumilos nang walang kinikilalang Diyos sa kanilang kapwa. 16 Samakatuwid hindi sila magkakaroon ng kapayapaan bagkus ay mamatay ng biglaan. 99 Sa aba mo na gumagawa ka ng kalagim-lagim, At ang kayong mga nagsisinungaling ay pakinggan ang mga ito: Malilipol kayo, at ang maligayang buhay ay magwawakas.

2 Sa aba nila na nagpapaligaw sa mga salita ng katuwiran, At lumalabag sa walang hanggang batas, At binago ang kanilang mga sarili sa kung ano sila at hindi: Sila ay yayapakan sa ilalim ng paa sa lupa. 3 Sa mga araw na yaon ay maghanda, kayong mga matuwid, na taasan ang inyong mga panalangin bilang alaala, at ilagay sila bilang isang patotoo sa harap ng mga anghel, Upang mailagay nila ang kasalanan ng mga makasalanan bilang isang alaala sa harap ng Kataastaasan. 4 Sa mga araw na yaon ang mga bansa ay magugulo, at ang mga pamilya ng mga bansa ay babangon sa araw ng pagkawasak.5 At sa mga araw na yaon, ang dukha ay lalabas at dadalhin ang kanilang mga anak, at kanilang pababayaan sila, upang ang kanilang mga anak ay mangawala sa pamamagitan nila: Oo, kanilang iiwan ang kanilang mga anak na mga

sanggol pa, at hindi babalik sa kanila, at walang awa sa kanilang mga minamahal.

6 At muli ay susumpa ako sa inyo, kayong mga makasalanan, na ang kasalanan ay inihanda para sa isang araw ng walang tigil na pagdurugo. 7 At sila na sumasamba sa mga bato, at mga libingang larawan ng ginto at pilak at kahoy at bato at luwad, at yaong sumasamba sa mga di-purong espiritu at demonyo, at lahat ng uri ng mga idolo na hindi ayon sa kaalaman, ay hindi makakakuha ng anumang paraan ng tulong mula sa kanila. 8 At sila ay magiging walang Diyos dahil sa kalokohan ng kanilang mga puso, At ang kanilang mga mata ay mabubulag sa takot ng kanilang mga puso At sa pamamagitan ng mga pangitain sa kanilang mga pangarap. Sa pamamagitan nito ay mapupuno ng takot sila; Sapagka't kanilang gagawin ang kanilang lahat na gawa sa kasinungalingan, At sasamba sa isang bato: Samakatuwid sa isang iglap sila ay mawawala.

Ang Alok Ng Pagsisisi

10 Pero sa mga araw na iyon ay mapalad ang lahat na tumatanggap pa ng mga salita ng karunungan mula sa Panginoon at nauunawaan ito, at iyong bantayan ang mga landas ng Kataastaasan, at lumakad sa landas ng kanyang katuwiran. Kaya't maging ang hindi dinaniniwala sa Diyos kasama ng mga matutuwid ay maliligtas.

Higit Pang Mga Pahamak Sa Huling Panahon

11 Alam sa iyo na nagkalat ng kasamaan sa iyong kapwa; Sapagka't ikaw ay mawawasak sa Sheol. 12 Sa aba mo na gumawa ng mga mapanlinlang at maling panukala, At sa kanila na nagsasanhi ng kapaitan sa lupa; Sapagka't sa gayo'y lubos silang masisira. 13 Sa aba mo na nagtatayo ng iyong bahay sa pamamagitan ng labis na paghihirap ng iba, At ang lahat ng kanilang mga materyales sa pagtatayo ay ang mga brick at bato ng kasalanan; Sinasabi ko sa iyo na hindi ka magkakaroon ng kapayapaan. 14 Sa aba nila na tumanggi sa sukatan at walang hanggang pamana ng kanilang mga magulang At na ang mga kaluluwa ay sumusunod sa mga idolo; Sapagkat hindi sila magkakaroon ng kapahingahan.

15 Sa aba nila na gumagawa ng kalikuan at tumutulong sa pang-aapi! At patayin ang kanilang mga kapit-bahay hanggang sa araw ng matinding paghuhukom. Sapagkat ibagsak niya ang iyong kaluwalhatian, At magdala ng pagdurusa sa inyong mga puso, At pukawin ang Kanyang mabangis na poot. Sapagkat ibagsak niya ang iyong kaluwalhatian, At magdala ng pagdurusa sa inyong mga puso, At pukawin ang Kanyang mabangis na poot att sirain kayong lahat ng tabak; At ang lahat ng banal at matuwid ay maaalala ang iyong mga kasalanan.

Ang Araw Ng Dugo

100 At sa mga araw na iyon sa isang lugar ang mga ama kasama ang kanilang mga anak ay papatayin At ang magkakapatid ay mahuhulog sa kamatayan Hanggang sa dumaloy ang mga daloy ng kanilang dugo. 2 Sapagkat ang isang tao ay hindi pipigilan ang kanyang kamay sa pagpatay sa kanyang mga anak na lalake at mga anak ng kaniyang mga anak, at ang makasalanan ay hindi pipigilan ang kanyang kamay sa kanyang pinarangalan na kapatid: Mula sa bukang-liwayway hanggang sa paglubog ng araw ay papatayin nila ang isa't isa.

Ang Kabayo

3 At ang kabayo ay aakyat sa dibdib na may dugo ng mga makasalanan. At ang karo ay malulubog sa taas nito. 4 Sa mga araw na iyon ang mga anghel ay bababa sa mga lihim na lugar at tipunin sa iisang lugar ang lahat ng mga nagpabagsak ng kasalanan, At ang Kataastaasan ay babangon sa araw ng paghuhukom upang maisagawa ang matinding paghuhukom sa mga makasalanan.

Rafael M. Juvida 229

Ang Mga Anghel Ay May Takdang Tungkulin

5 At sa lahat ng matuwid at banal ay magtatalaga siya ng mga tagapag-alaga mula sa gitna ng mga banal na anghel upang bantayan sila ng mahigpit, hanggang sa wakasan Niya ang lahat ng kasamaan at lahat ng kasalanan, at kahit ang matuwid ay natutulog ng mahabang pagtulog, wala silang kinakatakutan. 6 At pagkatapos ay makikita ng mga anak ng lupa ang pantas sa kaligtasan, At mauunawaan ang lahat ng mga salita ng aklat na ito, at kilalanin na ang kanilang kayamanan ay hindi makakaligtas sa kanila Sa pagbagsak ng kanilang mga kasalanan. 7 Sa aba mo, mga makasalanan, sa araw ng matinding paghihirap. Kayong pinahirapan ang matuwid at sinusunog sila ng apoy: Ikaw ay susuklian alinsunod sa iyong mga gawa. 8 Alam sa iyo, kayong matigas ang ulo ng puso, Na nagmamasid upang makalikha ng kasamaan: Kaya't darating sa iyo ang takot At walang tutulong sa iyo. 9 Sa aba ninyo, kayong mga makasalanan, dahil sa mga salita ng inyong bibig, at dahil sa mga gawa ng iyong mga kamay na ginawa ng iyong kawalang-diyos, sa nagniningas na apoy na nasusunog na mas masahol kaysa sa apoy ay inyong susunugin. 10 At ngayon, alamin ninyo na mula sa mga anghel ay tatanungin

niya ang tungkol sa inyong mga gawa sa langit, mula sa araw at mula sa buwan at mula sa mga bituin na tumutukoy sa iyong mga kasalanan sapagkat sa lupa kayo magpatupad ng paghuhukom sa matuwid. 11 At Siya ay tatawag upang patotoo laban sa iyo sa bawat ulap at ambon at hamog at ulan; sapagkat silang lahat ay pipigilan dahil sa iyo mula sa pagbaba mo, at maaalala nila ang iyong mga kasalanan. 12 At ngayon ay magbigay ka ng mga regalo sa ulan upang hindi na mangyari pinigil mula sa pagbaba sa iyo, o sa hamog, kapag ito ay nakatanggap ng ginto at pilak mula sa isang taong bumaba. 13 Kapag ang namumuo ng hamog na nagyelo at niyebe kasama ang kanilang ginhawa, at lahat ng bagyo ng niyebe sa lahat ng kanilang salot ay mahuhulog sa iyo, sa mga araw na yaon ay hindi ka makatatayo sa harap nila.

Ang Pagtatapos Ng Pagmamalupit

101 Pagmasdan ang langit, kayong mga anak ng langit, at bawat gawain ng Kataastaasan, at matakot kayo. Siya na hindi gumagawa ng kasamaan sa Kanyang presensya. 2 Kung isasara Niya ang mga bintana ng langit, at pinipigilan ang ulan at hamog mula sa pagbaba ang mundo sa iyong pakinabang, ano ang gagawin mo kung gayon? 3 At kung ipadala Niya ang Kanyang galit sa iyo dahil sa inyong mga gawa, hindi kayo maaaring mag petisyon sa Kanya; sapagka't nagsalita kayo ng mga palalong at mapagmataas na salita laban sa Kanyang katuwiran: samakatuwid ay hindi kayo magkakaroon ng kapayapaan. 4 At hindi mo ba nakikita ang mga marinero ng mga barko, kung paanong ang kanilang mga barko ay itinapon ng mga alon, at napapailing ng hangin, at nasa matinding kaguluhan? 5 At samakatuwid ay natatakot sila sapagkat lahat ang kanilang mga magagandang pag-aari ay pumupunta sa dagat kasama nila, at sila ay mayroong masasamang forebodings ng puso na lamunin sila ng dagat at sila ay mapapahamak doon. 6 Hindi ba ang buong dagat at ang lahat ng tubig nito, at ang lahat ng paggalaw nito, na gawa ng Kataastaasan, at hindi ba Niya itinakda ang mga

hangganan sa mga gawa nito, at pinagkulong ito sa tabi ng buhangin? 7 At sa Kanyang pagsaway ay ito ay natatakot at natuyo, at lahat ng mga isda ay namatay at lahat ng naroon; kundi kayong mga makasalanan na nasa lupa ay huwag matakot sa Kanya. Hindi ba Niya ginawa ang langit at ang lupa, at ang lahat na nandoon? Sino ang nagbigay ng pag-unawa at karunungan sa lahat ng bagay na gumagalaw sa lupa at sa dagat? 9 Huwag gawin ang takot sa dagat ang mga marino ng mga barko? Gayunpaman ang mga makasalanan ay hindi natatakot sa Kataastaasan. 102 Sa mga araw na yaon na kayo ay nagdala ng isang mabangis na apoy sa iyo, Saan ka tatakas, at saan ka makakakita ng pagliligtas? At kapag inilabas Niya ang Kanyang salita laban sa iyo ay hindi ka ba matatakot at matakot? 2 At ang lahat ng mga ilaw ay mangatakot sa labis na takot, at ang buong mundo ay mangatakot at manginig at magugulat. 3 At ang lahat ng mga anghel ay magsasagawa ng kanilang mga utos, at magsisikap na magtago mula sa harapan ng Dakilang Kaluwalhatian, at ang mga anak ng lupa ay manginig at manginig; at kayong mga makasalanan ay susumpa magpakailan man, at hindi kayo magkakaroon ng kapayapaan.

Ang Pangako Sa Mga Matuwid

4 Huwag kayong matakot, kayong mga kaluluwa ng matuwid, at maging may pag-asa din kayong mga namatay sa katuwiran. 5 At huwag kang magdalamhati kung ang iyong kaluluwa sa Sheol ay bumaba sa pighati dahil sa iyong paglisan, at sa iyong buhay ang iyong katawan ay hindi nag-ayon ayon sa iyong kabutihan, ngunit maghintay para sa araw ng paghuhukom ng mga makasalanan at para sa araw ng sumpa at pagkastigo.

6 Ngunit kung mamatay ka, ang mga makasalanan ay magsasalita ng mga bagay patungkol sa iyo.

"Tulad ng pagkamatay natin, mamatay din ang matuwid,

At anong pakinabang ang kanilang inaani para sa kanilang mga gawa?

7 Narito, na tulad din sa atin, ay namamatay din sila sa kalungkutan at kadiliman. At ano ang mayroon sila na higit sa atin? Mula ngayon pantay-pantay na tayo. 8 Ano ang tatanggapin nila at ano ang kanilang makikita magpakailanman? Narito, sila rin ay namatay, at mula ngayon ay magpakailanman na silang hindi makakakita ng ilaw. "

9 Sinasabi ko sa inyo, kayong mga makasalanan, kayo ay nasisiyahan na kumain at uminom, at manakawan at magkasala, at hubaran ang mga tao ng na kapwang hubad at puno na nang pighati, at makakuha ng kayamanan at makita ang magandang araw.

10 Nakita mo ba ang matuwid kung paanong ang kanilang wakas ay nagwawakas, na walang anumang karahasan na matatagpuan sa kanila hanggang sa kanilang kamatayan?11 Nagkagayunman sila'y namatay din at naghihintay sa pangako, at ang kanilang mga espiritu ay bumaba sa Sheol na kanilang bayan.

103 Ngayon, samakatuwid, sinusumpa ko sa iyo, ang matuwid, sa kaluwalhatian ng Dakila at Kataas-taasan at Makapangyarihang sa lahat, 2 at sa pamamagitan ng Kanyang kadakilaan ay nangangako ako sa iyo.

Ang banal na Misteryo

May misteryo akong alam

At nabasa ko ang mga tableta sa langit, At nakita ang mga banal na libro,

At nasumpungan na nakasulat doon at nakasulat tungkol sa kanila: 3Na lahat ng kabutihan at kagalakan at kaluwalhatian ay inihanda para sa kanila,

At isinulat para sa mga espiritu ng mga namatay sa katuwiran,

At ang sari-saring kabutihan na iyon ay ibibigay sa iyo bilang kabayaran sa iyong mga pinaghirapan,

At ang iyong kapalaran ay masagana nang lampas sa maraming nabubuhay.

4 At ang mga espiritu sa iyo na namatay sa katuwiran ay mabubuhay at magagalak.

At ang kanilang mga espiritu ay hindi mamamatay, ni ang kanilang alaala mula sa harap ng mukha ng Dakilang Isa

5 Sa lahat ng mga henerasyon ng mundo: samakatuwid ay hindi na matakot sa kanilang kalokohan.

Sa aba ninyo, kayong mga makasalanan, nang kayo ay namatay. Kung kayo ay namatay sa kayamanan ng inyong mga kasalanan, At ang mga katulad mo ay sinasabi tungkol sa iyo:

Mapalad ang mga makasalanan: nakita nila ang kanilang buong mga araw.

6 At ngayon sila ay namatay sa kasaganaan at kayamanan, At hindi nakita ang kapighatian o pagpatay sa kanilang buhay; At sila ay namatay sa karangalan,

At ang hatol ay hindi naisagawa sa kanila sa kanilang buhay. "

7 Alam ninyong malaman, na ang kanilang mga kaluluwa ay gagawin na bumaba sa Sheol

At sila ay mapapahamak sa kanilang malaking kapighatian.

8 At sa kadiliman at mga tanikala at isang nagniningas na apoy

Kung saan may matinding paghuhukom ay papasok ang iyong mga espiritu; At ang dakilang paghuhukom ay para sa lahat ng mga henerasyon ng mundo. Sa aba mo, sapagkat hindi ka magkakaroon ng kapayapaan.

Ang Kalagayan Ng Mga Inuusig

9 Huwag sabihin tungkol sa matuwid at mabubuti na nasa buhay:

"Sa aming mga naguguluhan na araw ay pinaghirapan namin at nakaranas ng bawat gulo, At sinalubong ng maraming kasamaan at nawasak, At naging kaunti at ang aming espiritu ay maliit.

10 At kami ay nawasak at walang nahanap na makakatulong sa amin kahit sa isang salita:

Kami ay pinahirapan at nawasak, at hindi inaasahan na makita ang buhay araw- araw.

11 Inaasahan naming maging ulo at naging buntot:

Masipag kaming nagpagal at walang kasiyahan sa aming pagod;

At kami ay naging pagkain ng mga makasalanan at ng mga hindi matuwid, At inilagay nila sa atin ang kanilang pamatok.

12 Sila ay may kapangyarihan sa amin na kinamumuhian tayo at sinaktan tayo; At sa mga kinamumuhian sa amin ay yumuko kami

Ngunit hindi sila naawa sa amin.

13 Naisin naming lumayo sa kanila upang makatakas kami at makapagpahinga.

Ngunit hindi natagpuan ang lugar kung saan kami dapat tumakas at ligtas sa kanila.

14 At nagreklamo kami sa mga pinuno sa aming pagdurusa, At sumigaw laban sa mga lumamon sa amin,

Ngunit hindi nila pinansin ang aming mga daing At hindi makinig sa aming tinig.

15 At tinulungan nila yaong mga nanakawan sa amin at lumamon sa atin at yaong gumawa ng kaunti sa atin; at sila ay itinago ang kanilang pang-aapi, at hindi nila inalis sa amin ang pamatok ng mga lumamon sa amin at pinakalat kami at pinaslang, at itinago nila ang kanilang pagpatay, at hindi naalala na itinaas nila ang kanilang mga kamay laban sa amin.

Mga Kasama Sa Mga Anghel

104 Sumusumpa ako sa iyo, na sa langit ay maaalala ka ng mga anghel para sa kabutihan sa kaluwalhatian Niya: at ang iyong mga pangalan ay nakasulat sa harapan ng kaluwalhatian ng Dakilang Panginoon. 2 Maging may pag-asa; di tulad ng nauna na napahiya ka sa sakit at pagdurusa; nguni't ngayon kayo ay magsisikat tulad ng mga ilaw ng langit, ikaw ay magningning at ikaw ay makikita, at ang mga pintuan ng langit ay bubuksan sa iyo. 3 At sa iyong hiyaw, sumigaw ka ng paghuhukom, at ito ay mahahanap sa iyo; sapagkat ang lahat ng iyong kapighatian ay mangyayari ay bumisita sa mga pinuno, at sa lahat na tumulong sa mga nagnakaw sa iyo. 4 Maging matatag na may pag-asa, at huwag itapon ang iyong pag-asa; sapagkat kayo ay magkakaroon ng matinding kagalakan tulad ng mga anghel ng langit. 5 Ano ang kailangan mong gawin? Hindi kayo magtatago sa araw ng matinding paghuhukom at kayo ay hindi masusumpungan bilang mga makasalanan, at ang walang hanggang paghuhukom ay malayo sa inyo para sa lahat ng henerasyon ng mundo. 6 At ngayon, huwag kayong matakot, kayong mga matuwid, nang makita ninyo ang mga makasalanan na lumalakas at umunlad sa kanilang mga lakad: huwag maging kasama nila, ngunit lumayo sa kanilang karahasan; sapagkat kayo ay magiging mga kasama ng mga nilalang sa langit.

Ang Mga Masasama

7 Bagaman sinasabi ninyong mga makasalanan: 'Ang lahat ng ating mga kasalanan ay hindi hahanapin at masusulat, gayon pa man isusulat nila ang lahat ng iyong mga kasalanan araw-araw." 8 At ngayon ipinapakita ko sa iyo ang ilaw na iyon at kadiliman, araw at gabi, titingnan ang lahat ng iyong mga kasalanan. 9 Huwag kang maging relihiyoso lamang sa iyong mga puso, at huwag magsinungaling at huwag baguhin ang mga salita ng katuwiran, ni maningil sa pagsisinungaling ng mga salita ng Banal na Dakilang Panginoon, o isaalang- alang ang iyong mga diyos-diyosan; para sa lahat ng iyong pagsisinungaling at lahat ng di pagkilala sa Diyos ay hindi sa katuwiran ngunit sa matinding kapahamakan.

Ang Pagbaliktad Sa Salita Ng Diyos

10 At ngayon alam ko ang misteryo na ito, na ang mga makasalanan ay babaguhin at babaligtarin ang mga salita ng katuwiran sa maraming paraan, at magsasalita ng masasamang salita, at nagsisinungaling, at magsasagawa ng malalaking panlilinlang, at magsusulat ng mga libro patungkol sa kanilang mga masasamang hangarin.

Isang Propesiya Tungkol Sa Aklat Ni Enok

11 Ngunit kapag isinulat nila ng totoo ang lahat ng aking mga salita sa kanilang mga wika, at hindi nagbabago o mabawasan ang nararapat sa aking mga salita ngunit isulat ang lahat ng ito ng totoo- lahat ng una kong pinatotohanan sa kanila. Pagkatapos, alam ko ang isa pang misteryo, na ang mga libro ay ibibigay sa mga matuwid at pantas na naging sanhi ng kagalakan at katuwiran at maraming karunungan sa sangkatauhan. 13 At sa kanila ang mga libro ay ibinigay, at sila ay maniniwala dito at magagalak, at pagkatapos ay ang lahat ng matuwid ay matutunan mula dito ang lahat ng mga landas ng katuwiran at ito ay gagantimpalaan. 105 Sa mga araw na iyon inatasan sila ng Panginoon na magpatawag at magpatotoo sa mga anak ng mundo tungkol sa kanilang karunungan: Ipakita ito sa kanila; sapagka't kayo ang kanilang mga tagubilin, at isang gantimpala sa buong mundo.

Ang Ama At Ang Anak

2 Sapagkat Ako at ang Aking Anak ay makakasama sa kanila magpakailanman sa mga landas ng katuwiran ng kanilang buhay; at magkakaroon kayo ng kapayapaan: magalak kayo, kayong mga anak ng katuwiran. Amen!

Ang Kapanganakan Ni Noe

106 At pagkaraan ng ilang araw ang aking anak na si Matusalem ay kumuha ng asawa para sa kanyang anak na si Lamec, at siya nabuntis niya at nanganak ng isang lalaki. 2 At ang kanyang katawan ay maputi na parang niyebe at mapula tulad ng pamumulaklak ng rosas, at ang buhok ng kanyang ulo at ang kanyang mahabang kandado ay maputi tulad ng lana, at ang kanyang mga mata ay maganda. At nang imulat niya ang kanyang mga mata, sinindihan niya ang buong bahay tulad ng araw, at ang buong bahay ay napakaliwanag.

3 At saka siya bumangon sa mga kamay ng komadrona, binuka ang kanyang bibig, at nakipag-usap sa Panginoon ng katuwiran 4 At ang kanyang ama na si Lamech ay natakot sa kaniya at tumakas, at naparoon sa kaniyang amang si Methuselah. 5 At sinabi niya sa kanya: Nanganak ako ng isang kakaibang anak, iba at hindi katulad ng tao, at naging kahawig ng mga anak ng Diyos ng langit; at ang kanyang kalikasan ay iba at hindi siya katulad sa atin, at ang kanyang mga mata ay parang sinag ng araw, at ang kanyang mukha ay maluwalhati. 6 At para sa akin iyon hindi siya nagmula sa amin kundi sa mga anghel, at natatakot ako na sa kanyang mga kaarawan ay magkaroon ng kababalaghan muli sa mundo. 7 At

ngayon, aking ama, narito ako upang humiling sa iyo at makiusap sa iyo na ikaw ay maaaring pumunta kay Enok, na aming ama, at malaman mula sa kanya ang katotohanan, sapagkat ang kanyang tirahan ay nasa gitna ng mga anghel."

Isang Pagbisita Ni Enok Kay Matusalem

8 At nang marinig ni Methuselah ang mga salita ng kanyang anak, siya ay dumating sa akin sa mga dulo ng lupa; para sa narinig niya na naroroon ako, at siya ay sumigaw ng malakas, at narinig ko ang kanyang tinig at ako ay lumapit sa kaniya. At sinabi ko sa kanya: "Narito, narito ako, anak ko, bakit ka lumalapit sa akin?" 9 At siya ay sumagot at nagsabi: Dahil sa isang malaking kadahilanan ng pagkabalisa ay naparito ako sa iyo, at dahil sa isang nakakagambalang paningin na lumapit ako. 10 At ngayon, aking ama, pakinggan mo ako: kay Lamec, ang aking anak ay nanganak ng isang anak na lalake, na wala sa kaniya, at ang kanyang likas na katangian ay hindi katulad ng kalikasan ng tao, at ang kulay ng kanyang katawan ay mas maputi kaysa sa niyebe at mas pula kaysa sa pamumulaklak ng mga rosas, at ang buhok ng kanyang ulo ay maputi kaysa maputing lana, at ang kanyang mga mata ay tulad ng mga sinag ng araw, at iminulat niya ang kanyang mga mata at doon sinindihan ang buong bahay. 11 "At bumangon siya sa mga kamay ng hilot, at ibinuka ang kanyang bibig at binasbasan ang Panginoon ng langit 12 At ang kanyang ama na si Lamec ay natakot at tumakas sa akin, at hindi naniwala na siya ay mula sa

kanya, ngunit siya nga ay nasa wangis ng mga anghel ng langit; at narito, naparito ako upang maiparating mo sa akin ang katotohanan. "

"Gagawin Ng Panginoon Ang Bagong Bagay Sa Lupa!"

13 At ako, si Enok, ay sumagot at sinabi sa kaniya: Ang Panginoon ay gagawa ng isang bagong bagay sa lupa, at ito ay nakita ko na sa isang pangitain, at ipinaalam sa iyo na sa henerasyon ng aking amang si Jared ang ilan sa mga anghel ng langit ay lumabag sa salita ng Panginoon. 14 "At masdan sila na gumawa ng kasalanan at lumabag sa batas, at nakiisa sa kanilang mga kababaihan at gumawa ng kasalanan kasama nila, at nagpakasal sa ilan sa kanila, at nagkaanak ng mga anak sa pamamagitan nila. 15 At gagawin nila sa lupa ng mga higante ang hindi ayon sa espiritu, ngunit ayon sa makalamang pagnanasa, at doon ay magiging isang malaking kaparusahan sila sa lupa, at ang lupa ay malilinis mula sa lahat ng karumihan. 16 "Oo, darating ang isang malaking pagkawasak sa buong lupa, at magkakaroon ng isang baha at isang malaking pagkawasak sa loob ng isang taon. 17 At ang anak na ito na ipinanganak sa iyo ay maiiwan sa lupa, at ang kanyang tatlong anak ay maliligtas kasama niya: kapag ang buong sangkatauhan na nasa lupa ay mamamatay siya at ang kanyang mga anak na mapapahamak sana ay maligtas.

Tawagin Mo Ang Pangalan Niyang Noe!

18 "At ngayon ipaalam sa iyong anak na si Lamech na ang ipinanganak ay sa totoo lang ay anak niya, at tawagan ang kanyang pangalan na Noe; sapagka't siya ay maiiwan sa iyo, at siya at ang kanyang mga anak ay maliligtas sa pagkawasak, na darating sa lupa dahil sa lahat ng kasalanan at lahat ng kawalan ng katarungan, na kung saan ay matatapos sa lupa sa kanyang mga kaarawan.

Ang Katarungan

19 At pagkatapos nito ay magkakaroon pa ng mas matuwid kaysa sa una ay natapos sa mundo; sapagkat alam ko ang mga misteryo ng mga banal; sapagkat Siya, ang Panginoon, ay mayroon ipinakita sa akin at inilahad sa akin, at nabasa ko ang mga ito sa mga tablet na makalangit. " 107 "At nakita ko na nakasulat sa kanila na ang henerasyon ng hanggang henerasyon ay magkakasala, hanggang sa ang henerasyon ng katuwiran ay bumangon, at ang paglabag ay nawasak at ang kasalanan ay nawala ang lupa, at lahat ng uri ng kabutihan ay darating dito. 2 At ngayon, anak ko, yumaon ka, at ipakilala mo sa iyong anak na si Lamech na ang anak na ito na ipinanganak. Ang totoo'y anak niya, at hindi ito kasinungalingan. " 3 At narinig ni Methuselah ang mga salita ng kanyang ama na si Enok- sapagka't ipinakita niya sa kaniya ang lahat sa lihim- bumalik siya at ipinakita ang mga ito sa kanya at tinawag ang pangalan ng anak na iyon ay Noe; sapagkat aaliwin niya ang mundo pagkatapos ng lahat ng pagkawasak.

Ang Panahon Sa Huling Henerasyon

108 Isa pang libro na isinulat ni Enok para sa kanyang anak na si Matusalem at para sa mga darating pagkatapos niya, at sundin ang batas sa mga huling araw. 2 Humayo na at gumawa ng mabut, maghintay sa mga araw na yaon hanggang sa magwakas ang mga gumagawa ng kasamaan at isang wakas ng lakas ng mga lumalabag. 3 At maghintay nga kayo hanggang sa ang kasalanan ay lumipas, para sa kanilang mga pangalan ay papatayin sa aklat ng buhay at sa mga banal na aklat, at ng kanilang binhi ay mawawasak magpakailanman, at ang kanilang mga espiritu ay papatayin, at sila ay iiyak at gumawa ng panaghoy sa isang lugar na isang magulong ilang, at sa apoy ay susunugin nila; para walang lupa doon. 4 At nakita ko roon ang isang bagay na parang isang hindi nakikitang ulap; para sa kadahilanan ng lalim nito ay hindi ako makatingin sa paglipas, at nakita ko ang isang apoy ng apoy na nagliliyab nang maliwanag, at mga bagay tulad ng mga nagniningning na bundok na umiikot at nagwawalisas. 5 At tinanong ko ang isa sa mga banal na anghel na kasama ko at sinabi sa kaniya: Ano itong nagniningning bagay? sapagkat ito ay hindi isang langit kundi ang apoy lamang ng isang naglalagablab

na apoy, at ang tinig ng pag-iyak at umiiyak at humagulgol at matinding sakit. " 6 At sinabi niya sa akin: Ang lugar na ito na iyong nakikita- narito ang mga espiritu ng mga makasalanan at mga manlalait, at sa mga gumagawa ng kasamaan, at sa mga nagpapaligaw sa lahat ng bagay na ang Panginoon ay nagsalita sa pamamagitan ng bibig ng mga propeta, maging ang mga bagay na mangyayari. 7 "Sapagkat ang ilan sa kanila ay nasusulat at nakasulat sa itaas sa langit, upang ang mga anghel ay magawa at mabasa ang mga ito at alamin ang mangyayari sa mga makasalanan, at ng mga espiritu ng mapagpakumbaba, at yaong mga nagpahirap sa kanilang mga katawan, at ginantimpalaan ng Diyos; at sa mga napahiya ng masasamang tao: 8 Ang mga nagmamahal sa Diyos na nagmamahal pa ng ginto o pilak o anuman na mabubuting bagay na nasa mundo ng higit sa Kanya ay ibibigay ang kanilang mga katawan sa pagpapahirap. 9 Sino, dahil sila nagmula, hindi naghahangad sa pagkain sa lupa, ngunit itinuturing na ang lahat ay isang hininga, at namuhay nang naaayon, at sinubukan sila ng Panginoon ng marami, at ang kanilang mga espiritu ay natagpuang dalisay kaya't dapat nilang pagpalain ang Kanyang pangalan. 10 "At ang lahat ng mga pagpapalang nakalaan para sa kanila ay naitala Ko sa mga aklat. At ibinigay sa kanila ang kanilang gantimpala, sapagkat natagpuan na sila ay tulad ay ng mga minamahal sa langit, na higit pa sa kanilang buhay sa mundo ang pagmamahal sa Akin, at kahit na sila ay tinapakan ng mga masasamang tao, at nakaranas ng pang-aabuso at panunuya mula sa kanila at napahiya, gayon pa man ay binasbasan Nila Ako. 11 "At ngayon ay tatawagin ko ang mga espiritu ng mabubuting kabilang sa henerasyon ng ilaw, at gagawin ko ibahin ang mga ipinanganak sa kadiliman, na sa laman ay hindi ginantimpalaan ng ganyang karangalan na nararapat sa kanilang katapatan. 12 At ilalabas ko sa nagniningning na ilaw ang mga minamahal ng Aking banal na pangalan, at uupuan ko ang bawat isa sa trono ng kanilang karangalan. 13 At sila ay magiging mahinahon para sa mga oras na walang patid; sapagka't ang katuwiran ay kahatulan ng Diyos; para sa matapat ay magbibigay siya ng katapatan sa tahanan ng matuwid na mga landas. 14 At makikita nila ang mga ipinanganak sa kadiliman na nadala sa kadiliman, habang ang matuwid ay magiging masigla. 15 At ang mga makasalanan ay sumisigaw ng malakas at makitang sila ay nanliliit, at sila ay talagang pupunta kung saan itinakda sa mga araw at panahon para sa kanila.

Glosaryo

***Enok** (Ang salitang griego sa salitang Hebrew na "Khanoch "): ang ikapito sa salinlahi ni Adan, mula kay Seth, at ninuno ni Noe, na kanyang lolo. Sinabi sa Gen 5:24 na, "Si Enok ay lumakad kasama ang Panginoon; at naglaho , sapagkat kinuha siya ng Diyos." Kahit na si Enok at ang nangyari sa kanya ay kakaunti sa Banal na Kasulatan, ay mapapansin natin sa Banal na Aklat na ito ang kanyang naging misyon . May malaking simbolo ang salitang "kinuha" kaysa ang sabihing namatay siya, katulad ng nangyari kay Elias, na sa ganoong paraan ay siya ay dinala sa langit sa pamamagitan ng nagliliyab na karwahe, at di namatay (2 Hari 2:10- 11). Maraming pekeng naisulat sa pamamagitan ng ngalan ni Enok na mga panatikong gnostisismo , kaya't kayo ay mag- ingat. Ang Banal na Aklat (1 Enok) na ito ay ang tanging isinulat ng propetang Enok, at ang mga sumunod na mga libro ay isinulat upang siraan ang Unang Enok . Ang banal na Kasulatang ito ay isinulat ng propetang Enok, kaya ito ang pinakamatandang Kasulatan ng sangkatauhan.

***Pinili**: mga taong pinili, kahit noong simula pa lamang (tignan ang 12:6).

***Panahon ng paghihirap**: ito ay pumapatungkol sa simula ng paghihirap sa daigdig. Ang panahon ng paghihirap ay nabanggit na may katumbas sa wikang griego, sa Zeph 1:15. Narito ay sinabi ni Enok ang mga pagpapala sa mga matutuwid at pinili na namumuhay sa huling araw, kaysa sa mga taong nabubuhay noong kapanahunan niya. Ito ay isang katuparan sa propesiya ng paparating na Tagapagligtas na si Hesus, na dumating at ginawang mga disipulo ang mga sumusunod sa Kanya.

Salita ng pagpapala: Ito ang pambungad na salita ni Enok, ang mga pagpapala sa mga matutuwid . Possibleng isinulat ito ng isang tao maliban kay Enok, habang idinidikta ni Enok ang mga salitang ito. Ang taong ito ay maaring si Noe, sa kadahilanang ang Aklat ng talinghaga (ang Aklat na nawala sa wikang griego) ay nagbibigay ng mga implikasyon na si Noe (na tumatawag kay Enok na "dakilang lolo") ay isinulat ang mga ito kay Enok . Ang mga Aklat ng Talinghaga ay isang parabola na kinokondena ang mga kasamaang at kalapastanganang ginawa noong kapanahunan nila, at, higit pa, ay ang mga darating pa.

Sa parteng ito, si Enok ay di lamang pinahayag ang propesiya ng paglapastangan ng mga anghel, kundi ang pagdating ng Panginoon, ang pagbabalik ng Messias, at ang mga huling araw . Ito ang panimula sa Aklat ni Enok, at ang parte na sinipi ni Apostol Judas sa 1:14-15 (Unang Enok 1:9).

Banal na nilalang: Ang katawagang "Mga banal " (o "Santo ") ay pumapatungkol sa mga anghel o mga nilalang sa langit na nanatiling tapat at malinis; lalo na ang mga banal na taga-bantay (tignan ang 12:2).

***Panghinaharap**: Isinulat ni Enok ang mga propesiya na magaganap sa hinaharap na di lamang pumapatungkol sa dakilang paghuhukom sa isang baha, na magaganap sa kapanahunan niya, kundi ang pumapatungkol sa mga huling araw . Sa pagkakataong ito, sinipi ni Charles ang naisulat ni Swete , kung saan naikumpara ito sa orihinal ng griego, na nagsasabing"αλλω", na isang transposisyon ng"λαλω".

***Pinili**: ang mga pinili, mga "banal na nilalang" ng v. 2, tinawagbilang mga "piniling mga anghel at mga lingkod na tao" na nasulat sa 1Tim 5:21.

***Ang Banal na Panginoon. . . mula sa Kanyang Trono**:

Ang pagparito ng Panginoong Diyos sa huling araw.

***Ng Bundok ng Sinai** : Ang pagbaba ng Panginoon sa Bundok ng Sinai upang ibigay kay Moises ang Sampung Utos sa (Exod 19-34). Ang literal na transliterasyon ng salitang Sinai, sa wikang Griego, ay "Seina" (Σε ινα). Ito ay iba sa pangkaraniwang transliterasyon para sa salitang ito sa Septuagint (Lumang Tipan sa wikang Griego) at ang Edito Regia (Bagong Tipan sa wikang Griego), na may katumbas na wika na "Sina " (Σινα). Parehong mga pangalan sa mga lugar at mga tao ay binaybay ng magkaiba sa mga tekstong ito , kung ikukumpara sa pagbanggit at pagbaybay sa Septuagint at sa Edito Regia.

***Langit ng mga langit**: Ang Langit , kung saan kasali ang mga parte pa ng mga langit o himpapawid sa wikang Hebrew . Ang "Langit ng mga langit" ay nabanggit ni Haring Solomon sa 1 Hari 8:27.

***Unang Enok 1:9**: Ito ang nasipi ni Apostol Judas sa mga Sulat ni Judas 1:14-15. Ang salitang "ασεβης G764", ay lumalabas ng madalas sa banal na Aklat na ito , ay isang wikang tambalan na may literal na kahulugang, "lapastangan ", ngunit isinalin ko ito bilang mga "masasama ," dahil ito ang karaniwan sa Bibliya.

***Nagliliwanag. . . panahon. . . nagkakasiyahan**: Sa Gen 1:14- 15 ay sinasabi na ang mga bituin ay nilikha upang maging mga "tanda ng kapanahunan".

*Tag-araw. . . taglamig: Ang salita patungkol sa tag-araw at taglamig ay kakaibang naisalin bilang "init" at "bagyo". Subalit, isang mabalintunang salita, na kakaunti lamang ang naging panahon noon, ni ang mga kalagayan man noong panahon ng dakilang pagbaha. *Simula dito, ang manuskrito sa Griego ay naging pira-piraso.

***Di naging tapat**: Di naging katulad ng mga nilikha.

***Masasamang salita. . . niyuyurakan ang Kanyang Kadakilaan**: Ito ang paglapastangan sa Panginoon. Sa Mat 12:31 ay sinasabi na ang anumang paglapastangan ay hindi mapapatawad magpakailanman, kung ito nga ay patungkol sa Banal na Espiritu.

* **6:1**: Ang Kapitulong ito ay ang kawangis ng Gen 6:1-4 kung saan sinabi ang mga anak ng Diyos o mga

nilalang sa langit. At ang nakakamangha ay pareho silang nasa Kapitulo 6.

* **Anak ng tao . . . mga magagandang, mga babae, dalagang**

mahahalaga: Ikumpara sa Gen 6:2:

At sa panahong iyon, kung saan ang mga tao ay dumami sa balat ng lupa, at mga babaeng anak ay ipinanganak mula sa kanila , nakita ng anak ng Diyos ang mga anak ng tao, na sila [ay] magaganda ; at kumuha sila ng mga asawa sa anumang mapili nila." Pansinin ninyo sa wikang Griego ay sinabing "Maganda at Mahahalaga ". Ang salitang Filipino na "mahalaga " ay may katumbas sa Griego na "καλαι G2570", na naisulat naman sa Gen 6

:2. Literal na kahulugan nito ay "Kanais -nais ". Ang salitang Hebrew na isinalin sa Gen 6:2 ay "tob H2896 ", kung saan ay pareho lamang ang kahulugan : kanais -nais , o mahalaga . Ito ang dahilan kung bakit sila ay natukso sa kanila.

***Anghel na mga anak ng Diyos**: Sa Gen 6:2 ay tinawag silang"mga anak ng Diyos " na sa (Hebrew : בני האלהים, o banei ha-Elohim)", na isang pangkalahatang tawag sa mga anghel , na sa naisulat sa mga Banal na Kasulatan tulad ng kay Job 1:6 at sa Awit 29:1. Sa wikang Griego naman ay ginamit ang salitang "εγρηγοροι G1127 ", na isinalin bilang "Taga - bantay."

***Bundok ng Hermon** : Isang bundok sa Israel, kung saan naging tahanan ng higanteng si Og, Hari ng

Bashan (Josh 13:11-12). Sa dantaon yaon, ang Hermon ay naging panambahan ng mga dios-diosan at tahanan ng dios-diosan na Baal-Hermon (Judg 3:3; 1Chr 5:23). Ang ideyang ang bundok na ito ay simbolo ng mga dios ay nakatatag sa mga pagano sa kanilang mitolohiya, katumbas ng bundok ng Olympus sa mitolohiya ng mga Griyego. Ang teksto ng Ugaritic Baal Cycle ay pinapangalanang ito na bundok ng Zaphon [na kung saan, ay nakakagulat, na lupain ng kapatid ni Og, na si Sihon (Josh 13:27)], o sa literal na ngalan, ay "Bundok sa Norte."

*Pumili ng kanya-kanyang asawa: Pareho sa Gen 6:2:". . .nakita ng anak ng Diyos ang mga anak ng tao, na sila [ay] magaganda; at kumuha sila ng mga asawa sa anumang mapili nila," Gen 6:2. Ang salitang ito ay sinasabing ang mga anghel ay pumili ayon sa kanilang kagustuhan . . . kahit na sa kanilang pagsang-ayon. Ang Panginoong Hesus ay nagsabi, na sa mga panahon ni Noe, sila ay "nagsisipag-asawa at nagpapakasal" hanggang pumasok si Noe sa Arko, at ang Baha ay winasak sila (Matt 24:37). Ang indikasyong ito ay nagsasabi na naganap ito ng 1,170 taon na ang nakakalipas. Possible ding sa ika-234 ng taon na naganap sa kalagitnaan ng buhay ni Jared na sa lahi ni Seth [sa mismong edad na 710 taong gulang].

*Tatlong libong ells/cubits (Elioud): Possible din itong lahi ng higante na tinatawag na Elioud. Pero sa iba, ito ay ang laki ng higante na may sukat ng isang cubit (mga 18 inches), ay lumalabas na ito ay 4,500 feet! Kay Charles naman ay may 3,000 ells (11,250 feet!), samantalang kay Laurence naman ay may 300 cubits (450 feet). The pinakamataas na gusali sa mundo, ay ang Tokyo Skytree, ay umabot sa 2,080 feet tall (Newcomb, 2012), kaya possible na malaki ng kauti ang mga higanteng ito!

*8:1 Ang pangalang Asael ay nangangahulugang "kalakasan (עז, Az) ng Diyos (אל, El)", at ang relasyon ng pangalang "Az" ay nagbibigay ng implikasyon na si Asael ang kumuha ng kapangyarihang mamahala at nabuntungan ng lahat ng sisi mula kay Semjaza. Ang pangalan ni Asael ay isinalin sa wika sa Ethiopia na nagpreserba ng 1 Enok na may katumbas na salita na "Azazel " or "Azazyel ". Ang pangalang ito ay matatagpuan din sa Bibliya , tulad ng Azazel [Az na ibig sabihin ay pagtakas (אזל, azal)] at sa mas malapit na kahulugan sa Lev 16:8; at ang pangalang "Az" ay lumalabas sa salitang "Maoz (מעוז)" ay pareho din ang kahulugan na"kalakasan ", na maari ding ipakahulugan na "Tanggulan ". Ang salitang"Maozim " (Heb. na tumutukoy sa panlalaki na maramihan ng salitang Maoz , na possibleng mga anghel na sumunod kay Az , na tinatawag na Egregoroi) na tinutukoy sa Dan 11:38, na naisasalin din na " ang diyos ng muog," na sinasamba ng iilang "hari ng timog." Dahil nabanggit ito sa Dan 11 :31 (MT), kung saan ang santuaryo ay tinatawag sa kung saan ang mga kasuklam -suklam ay itatayo "ang kasuklam -suklam at malagim ", at ang salitang Az ay nabanggit din ng Panginoong Hesus sa (Mat 24:15) at bilang halimaw na nasa dagat sa (Rev 13:1): ang pangunahing kalaban sa huling araw , na may malaking ambag sa anti - Cristo . At si Asael ang tinatawag na halimaw ng kailaliman (Rev 11 :7, Rev 17 :8) at ang pinuno ng mga masasamang espiritu na natapon dito , at maaring siya ay si Apollyon , na sa wikang Hebrew ay Abadon, na ibig sabihin ay tagapagwasak na papalabasin sa tunog ng ikalimang Trumpeta, kasama ng mga balang na halimaw na mga masasamang espiritu (Rev 9:1-12), na itinutukoy na mga masasamang espiritu na ginapos sa Unang Enok 6:6, na palalayain sa huling araw sa huling pagkakataon sa Unang Enok 10:11-14.

*Espada. . . patalim . . pananggalang. . . kalasag: Tinuro ni Asael ang pakikidigma sa simula. Iba sa kanilang mga ginawa, ang kanyang nais ay pagkasira at kamatayan . Ang mga kalapastanganang ito ay ang kanyang pagrerebelde sa Kalangitan.

*Kansa o metal: Ginamit ni Tubal-Cain, na sa lahi ni Cain. Ang kanyang kapatid na si, Naamah, ay isa sa mga patutot na umakit sa mga anghel na taga-bantay (Gen 4:22).

*Antimonyo: Kilala bilang Stibium, na tinatawag ding antimonyo, na isang metal na ginagamit ng sinaunang taga-Egipto na may pinturang timplada (na tinatawag nilang"kohl") para sa kanilang kilay at pilikmata (isang gawain na tinukoy sa Jer 4:30 and Ezek 23:40 sa LXX.), kaya't naipahayag ng mga bersikulong ito na"upang gawin nilang maganda ang kanilang mga sarili." (Shortland, 2006). Mula sa salitang Griego"στιβι ", na may salitang-ugat na stibim, isang pamalit sa antimonyo.

***Pulseras. . . palamuti. . . antimonyo. . pagpapaganda. . . hiyas na bato. . . tintura**: Si Asael din ay nagturo ng kasanayan sa pangaakit sa masama.

*Maalis ang sumpa: Ibig sabihin, si Armaros ay nagturo kung paano maalis ang sumpa.

***Tanda sa kalawakan**: Tinatawag ding semiotics: ang paggamit ng mga tanda. Ang ibig ipakahulugan ng pangalan ni Chochariel, "tala ng Panginoon", na ibig sabihin ay "celestial semiology"- iyon ang, pag-aaral ng mga tanda sa kalangitan and konstellasyon. Sa teksto ni Charles ay klaro na ang anghel ay nagturo ng "konstellasyon".

***Pangaakit**: Naisulat sa wikang Griego, "may awit". Sa orihinal na wikang Adamic, makikita na ang mga anghel ay nangangsasalita, at sa Salmo ay sila na ay "umaawit", sa pamamagitan ng mga tono. Ang mga pangaakit at orasyon ng pangkukulam ay sinasambit sa isang espesyal na wika, tulad ng Latin na itinuturing na "dakila" o mas higit pa sa iba. Dahil ang simbahang katolika ay itinataas ang wikang Latin bilang pangunahing wika, kaya't mapapansin ninyo na ang mga orasyon at pangaakit ay nasa Latin. At ang wikang Latin ay ginagamit ng mga engkantador sa pagoorasyon, at sa mga libro patungkol sa pangkukulam, maging sa mahika dahil ito ang wika ng mga demonyo.

***Nakiapid sa mga babae**: Sa wikang Griego

ay literal na sinabi ay"synekoimethesan" (συνεκοιμηθησαν G4862 G2837), ito ay tambalan ng mga salitang Griego syn (συνG4862, "kasama ng" or " Magkasama") and koimao (κοιμαωG2837, "magkasiping"). Ang mga salitang ito, ay nangangahulugan, na mga dalawang bagay: pakikipagtalik, at, pagkatapos nito ay ang, "pagtulog". Nakakamangha na ang salitang ito ay sali-saliwa, na ang mga anghel na tagabantay ay "natutulog" na kabaliktaran ng kanilang titulong "Tagabantay", na may salitang-ugat na nangangahulugang"gising at alerto." Dahil sa bagay na ito, ang kanilang kasalanan ay nadagdagan: 1) Lumabag sila sa pakipagtalik sa mga babaeng anak ng mga tao (Gen 6:1-4, at 2) sila ay"natulog," 3) sila ay mga espiritu na mga imortal na nagkasala sa Banal na Espiritu, at inilahad ang mga tagong lihim sa sangkatauhan.

*Miguel, Uriel, Raphael, at Gabriel: Ang apat na dakilang Arkanghel, na tawag sa kanila.

• Laging nababanggit sa mga Banal na Kasulatan. • Sina Miguel at Gabriel ay direktang nababangit sa Lumang Tipan at Bagong Tipan.

• Si Raphael naman ay nabanggit din sa Orthodox Canon.

• Si Uriel naman ay nabanggit sa 2 Esdras (4 Ezra), ngunit madalas ding nababanggit si Remiel at ang mga " dakilang " arkanghel, na nagsisimbolo ng puti, pula, asul, at dilaw

***Tagong lihim ng walang-hanggan**: Nangangahulugang, mga " tagong kaalaman." Ngunit, may sinasabi naman ang Panginoong Hesus na ang mga malagim na misteryo ay kaiba sa mga dakilang lihim na ipininahayag Niya sa Kanyang disipulo, noong di nila maunawaan ang mga talinghaga na Kanyang sinabi sa: (Matt 13:11)

At Siya ay sumagot   G 611 at G 1161 sinabiG 2036 sa kanila   G 846 , SapagkatG 3754 ito ay binigay G1325 sa inyo G5213 upang malaman ninyoG 1097 ang mga hiwagaG 3466 ng Kaharian G932 ng Langit G3772, ngunit G1161 sa kanila G1565 ito ay G1325 hindiG3756 ibinigay G1325.

Dahil doon, ang hiwagang ito ay ang Karunungan ng Diyos sa matutuwid . Ang mga pagbubulgar ng mga tagong lihim ay naging kahangalan   sa   sanlibutan, kaya't naging masama ang mundo. Ang salitang"pagbulgar" ay nasaad din sa Psa 51:6, ang Salmo ni David na inawit matapos masabi ni propetang Nathan , ang kahatulan , dahil nahulog siya sa pangangalunya kay Bathsheba , at bulgar ang kanyang pagkakasala (v. 1): Nagnanais si David ng tunay na Karunungan na nagmumula sa Diyos , at hindi ang makamundong kaalamang na nagdulot sa kanya ng kamatayan . Ukol diyan, pagmasdan, ikaw na nagmamahal sa katotohanan: Ipinahayag mo sakin ang mga Dakilang hiwaga ng Iyong Karunungan, Psa 51:6 (LXXE).

Ang ibig ipahiwatig nito na ang Karunungan ng Panginoon ay di ang kahangalan ng sanlibutang ito na nagmula dito. Si David na nakaunawa ng kahangalan ng mundo, ay nagkasala sa pangangalunya sa isang babaeng byuda na si Bathsheba na ginawa ng mga rebeldeng anghel.

Anak ni Lamec: Ito ay si Noe na nasa (Gen 5:28-29). Lumalabas na si

Lamech ay isa ding propeta , dahil sa kanyang propesiya sa kanyang magiging anak: "At tinawag niya sa pangalang ito Noe, nagsasabing , Siya ay magaaliw sa atin ukol sa ating mga gawa at ng kamay ng tao, sapagkat sinumpa ng Panginoon ang lupa." Tinutukoy ni Lamech dito ang Gen 3:17- 19 , kung saan sila Adan at Eba ay isinumpa dahil sa pagkain ng ipinagbabawal na bunga , sinasabi , "...Dahil nakikinig ka sa iyong asawa , nang iyong kainin ang ipinagbawal kong bunga; dahil dito'y sinusumpa ko ang lupa , sa hirap ng pagbubungkal , pagkainmo 'y magmumula . Mga damo at tinik ang inyong aanihin, halaman sa gubat ang iyong kakainin; sa pagod at pawis pagkain mo'y mangagaling maghihirap ka hanggang sa

malibing. Dahil sa alabok, doon ka nanggaling, sa lupang alabok ay babalik ka rin." - Gen 3:17-19. Sa mga araw na iyon, bago ang paggunaw na nagdala ng baha ang nagpwersa sa mundo palabas sa kanyang aksis o sa lugar ng pag-inog, noon ay walang Hilagang polo at walang Equador kung ipapatungkol sa panahon, at dahil doon ay wala na ding mga kapanahunan, dahil doon possible ang palagiang pagaani noong unang panahon. Subalit, mayroon pa ding 24-oras bawat araw (Wilber, 2018). Itong propesiya ni Lamech ay nagkatotoo nang, matapos ang Dakilang Pagbaha, pinagpala ng Panginoon ang mundo dahil kay Noe:

"Nang maamoy ni Yahweh ang mabangong samyo nito, sinabi Niya sa sarili, "Hindi Ko na susumpain ang lupa dahil sa gawa ng tao bagama't alam kong masama ang kanyang isipan mula sa kanyang kabataan. Hindi ko na lilipuling muli ang anumang may buhay kagaya ng ginawa ko ngayon, "Hanggang naririto't buo ang daigdig, tagtanim

, tag-ani, palaging sasapit; tag-araw, tag-ulan, tag-init, taglamig, ang araw at gabi'y hindi mapapatid."[Nasaad dito ang mga pumapatungkol sa patagil na pag-inog ng mundo, dahil sa katigasan ng ulo ng sangkatauhan] - Gen 8:21-22.

***Istrael**: Katumbas ng pangalan ni Uriel sa wikang Griego, na siyang anghel na ipadala ang mensahe ng Panginoon sa Gen 6:13-22. Ang pangalan niya ay nangangahulugang "bituin (esther) ng Panginoon (El)." Ang salitang "esther" at pundasyon ng wikang Ingles na "star" mula sa wikang Griego "aster." Ang salitang ito ay nag-uugat pa sa sinaunang Sumer, na mga paganong sumasamba sa diyos - diyosang "Ishtar" kaya possibleng sinamba ng mga paganong relihiyon sa buong mundo ang mga anghel kaysa sa Manlilikha.

***Itago mo ang iyong sarili:** Nangangahulugang mayroong paguusig

sa mga sumasamba sa Nag-iisa, at Tunay na Panginoon, dahil ang mga tao noon ay bumagsak na sa paganismo, at ang mga pagsamba sa mga maruruming espiritu ay ipinaguutos na. Sina Matusalem at Lamec ay namatay bago pa man ang dakilang pagbaha, at si Enok ay kinuha na agad, at ang mga masasamang tao ay hinahabol sila kaya't sinasabi ng bersikulong ito na si Noe ay dapat itago ang sarili.

***Pagkagunaw. . . darating sa sansinukob. . . masisira ang nakapaloob dito**: Ang dakilang pagbaha sa, Gen 6-9.

***Raphael . . . bigkisin mo si Asael sa kamay at sa paa**: Isa din ito sa gampanin ni Raphael sa Aklat ng Tobit (8:3), kung saan ginapos naman niya ang masamang espiritu na si Asmodeus (Asmodai). Dahil dito, si Raphael ay isa ding anghel na namumuksa maliban pa sa pagiging taga- bantay at tagapagpagaling , at ang gawain niya ay pangalagaan ang"mga espiritu ng sangkatauhan" (tignan ang 20:3).

***Itapon mo siya sa matinding kadiliman** : i.e., 2 Pedro 2:4 and

Judas 1:6, kung saan ang "Tanikala ng kadiliman" at matatagpuan mo ang mga ligaw na anghel na nakagapos sa hukay ng kailaliman.

***Disyerto** : Ang mga salitang Griego at ang Hebrew na salin ay

Napakahirap Maraming mga kahulugan ang ipinapahiwatig tulad ng kapanglawan , isang maduming lugar , o disyerto . Nahirapan ang mga scholar na gamitin ang salin na ito, dahil, ang salitang"Disyerto", ay salitang ginagamit bilang reperensya sa isang lugar kung saan ang kambing ay pinapadala kay "Asael".

About the Author

Rafael M. Juvida

Si Rafael M. Juvida ay isang mag-aaral ng Unibersidad ng Makati bilang isang Radiologic Technologists, at interesado rin siya sa anumang patungkol sa siyensiya at ilang mga organisasyon at samahan na patungkol sa pangkalawakan. Kilala ang kanyang mga naisulat sa iba't-ibang panig ng mundo. Isa rin siyang manunulat na nagsusulat din ng mga tula at mga kwento patungkol sa kasaysayan.

www.ingramcontent.com/pod-product-compliance
Lightning Source LLC
LaVergne TN
LVHW091629070526
838199LV00044B/995